TẢN MẠN
bên kia mồ

NGÔ TÔN-LONG
1940-1975

Graduated from the National Institute of Pedagogy (Saigon 1959)
and the Faculty of Pedagogy (Dalat 1963)
Teacher of Mathematics and Philosophy at high-schools, 1959-1975
Lecturer on Pedagogy and Philosophy at Dalat University, 1968-1975

NGÔ TÔN-LONG

TẢN MẠN
bên kia mồ
1975-2010

Order this book online at www.trafford.com
or email orders@trafford.com

Most Trafford titles are also available at major online book retailers.

Note for Librarians: A cataloguing record for this book is available from Library
and Archives Canada at www.collectionscanada.ca/amicus/index-e.html

Printed in Victoria, BC, Canada.

ISBN: 978-1-4269-1461-4 (sc)

*We at Trafford believe that it is the responsibility of us all, as both individuals and corporations,
to make choices that are environmentally and socially sound. You, in turn, are supporting this
responsible conduct each time you purchase a Trafford book, or make use of our publishing services.
To find out how you are helping, please visit www.trafford.com/responsiblepublishing.html*

*Our mission is to efficiently provide the world's finest, most comprehensive book publishing
service, enabling every author to experience success. To find out how to publish your book, your
way, and have it available worldwide, visit us online at www.trafford.com*

Trafford rev. 7/13/2009

 www.trafford.com

North America & international
toll-free: 1 888 232 4444 (USA & Canada)
phone: 250 383 6864 ♦ fax: 250 383 6804 ♦ email: info@trafford.com

NỘI DUNG

BEYOND THE TOMBS

First Edition	2005	– iUniverse Inc.	– 0 595 37144 2
Second Edition	2006	– Outskirts Press	– 159800 344 5
Third Edition	2007	– Trafford Pub.	– 1 4251 0977 2

Born Vietnamese in a nation of the French Union, the writer considers himself dead along with that Vietnam. Grown up in the First Republic and working with the Second, he was terminated together with that regime and government. Ten years after the latter death, he was resurrected *neither by might nor by power* and given a peculiar surname with only two initials *K* and *Z*, then very soon cut off definitely and irreversibly from that *red paradise* and everything thereof. (Backcover Introduction, 2007)

Since April 1975, there has been no *Ngô Tôn-Long*, just a piece of 'dust *off* the ground' waiting for the 'return *as* dust *to* the ground', yet actively experimenting sorts of death, and actually surpassing lots of tombs – named David in 1986 and Kolzion legally in 1994 – whose first 'testimonial writing' was entitled *The Voice of God's Rock* in 1997, wherein 'resurrection' being understood quite accordingly to this teaching by Jesus of Nazareth, *"Unless a grain of wheat falls into the ground and dies, it remains alone; But if it dies, it produces much grain."* No religious things whatever at all there.

Having studied the Christian Bible since April 1986 in Vietnam, David began focusing on the Hebrew Scripture at arrival to Adelaide, South Australia, July 1993. Being absolutely-non-religious a believer-in-YHVH[*], he had got the studies published as *Testimonies from beyond the tombs* during 1997-2007. Substantially everything to be reasoned hereafter had already been exposed scatteringly throughout those *Testimonies*. And having still been persistently living 'a child raised out of rock for Abraham', he is now reasoning wherefrom for the sake of the *Viet* people.

For there is a suite of resurrections prior to the three-and-a-half-day living of the silkworm-moth, a night-flying insect of same order as butterfly with smaller wings and much shorter life – during which it does not eat, the female lays some 400 eggs. But there used to be a one-and-a-half-month evolution:

From an egg *in the cocoon* to the wormlike larva,

Then from the larva to the pupa, a mature worm,

And from the silkworm to the moth *outside the cocoon*,

Finally the female moth lays the eggs – while *dying*.

For commercial use, the cocoon filament is kept intact by killing the mature silkworm, or emerging moth, within its cocoon. Likewise for social and religious purposes, Dogmatic Cocoons are preserved allegedly eternal by killing the Emerging Moths within a Dogma. And there is a millennia-old Dogma on the Literal Resurrection of Jesus of Nazareth – dead and entombed, then resurrected and living forever with his sacred Eternal Individuality, the Christ Jesus – corporeal and spiritual as well, so much as to be recognized by 'certain woman followers, the secret beloved, and various other disciples', and so that altogether they would have 'walked the earth forty days until his Ascension Up Into Heaven'. Neither such religious things nor any religions of sort can ever be accepted if this very challenge by YHVH[*], God of the Ancient Hebrews, be taken up: *"Let us reason together!"*

[*]YHVH is the Latin form, transcribed from the four Hebrew consonants (*Yod, Hay, Vav,* and *Hay*), combined that way, to denote the Divine Personal Name – the Script is preserved, the Pronunciation definitely lost. Given that the *scriptural Hebrew* did not have either sound /J/ or sound /W/ amidst its 22-in-all-and-only-consonant alphabet, this is refuting in advance both 'Yahweh' as well as 'Jehovah'. Pronunciations might be not so important per se, but the Pronunciation here actually is substantial as to ascertain the Meaning of the Name: Ever since its loss, there have been lots of things new under the sun .... For the mispronounced 'names' have been identified as 'the Cruel Ogre', 'the Evil Monster', etc ....

From *Beyond The Tombs* this *Reasoning* is purported to clarify the Name YHVH out of the post-postmodern misunderstanding on, rather mistranslating into 'religious and religion' from, the 'spiritual and faith'. On his spiritual journey ... backwards some millennia into the Ancient Hebrews' spirituality ... David discovered *the* YHVH-God *that* has never been ever taught of before:

The Ancient Hebrews' belief-in-YHVH might well be religious, yet not religious enough to originate a religion of the sort 'so established as to be called monotheism'; other gods had not been always denied; On the contrary, very many were often implicitly acknowledged; some even explicitly regarded; and so, that actually was henotheism and monolatry.

There could formally be no such thing called Abrahamic Religion after himself, neither sorts of Hebraic Religions named after his Hebrew descendants through Isaac and Jacob.

Verily long after Jacob had been renamed Israel, then, together with his descendants, the Israelites, incidentally immigrated into Egypt for some four hundred years, did Moses emerge and establish the strictly and exclusively Monotheistic Religion to be called Mosaic after him or Israelite after his subjects. It was written that Moses had been chosen, persuaded, and provided with promises – even made 'as God' to Aaron, Pharaoh, and the Israelites – in order to establish the Religion all over the Children of Israel 'groaning under the Egyptian bondage' and to head them 'back to the Land of Promise'.

Ages later, as the Mosaic Religion proved itself incapable to maintain the existence of the Kingdom(s) of Israel (and of Judah, together with its Solomon's Temple), the 'Second Moses' emerged out of the Babylonian Exile-and-Diaspora with his *Judaism – Religion by, of, and for the Jews –* 'Judeans living outside Judea' without Temple and under Persian rule.

Authorized to be again 'back to the Land of Promise', the Jews built the Second Jerusalem Temple and instituted its Sanhedrin alongside their Synagogues 'Made in Diaspora', under Persian authorities and auspices – all and altogether to be desecrated by the Greco-Syrians and destroyed by the Hellenist Romans. Ever since, Jews and Judaism have become inseparable. So much so that *Jesus* of Nazareth *was* a Jew, but many a *Christ is not.*

For there have been as many Christs as *Christian-isms*, that is, Religions made out by Christians, all covered under the verily most convenient umbrella Christianity. The emergence of some dozen of such *Christianisms* are related in the central part *The Voice of God's Rock* (1997-2007) of *Beyond The Tombs* (2005-2007) – those *...isms* are literal derivatives from Judaism as their Sacred Texts 'borrow' a form or another of the Hebrew Scripture; and so, the Religions are factually *by, of, and for Christians*, absolutely non-Jewish, notwithstanding a few 'Jews For Christ'.

The latter, misleadingly called themselves 'Jews For Jesus', have by themselves become non-Jews. Saul of Tarsus, the first and foremost 'Jew For Christ', did by himself make up the non-Jewish Christ out of Jesus the Jew of Nazareth. Saul was a Hellenist (*Paolo*), so is his Greek *Christos*; both were Romanised into Saint Paul and Lord Christ respectively, and respectfully, as the first *Christianism* also became Romanised in *Anno Domini 312* (This is Latin, so are *Paulus* and *Christus*; in French *Chrétienté* is for Christianity,

Christianisme a Christian Religion). There seemed to have been some Hellenisation then Christianisation of the Roman Empire, but that is not the case – rather the other way around did happen historically.

Also historically, there seems to have been a 'Jesus Dynasty' inaugurated by Jesus himself; then successively ruled by his brothers James, Simon, and Jude. Were this the case, then those 'historic Jews for Jesus' should have died out ultimately sometime in the ending of the First century of this Christian era, or early in the beginning of the Second, at the latest during the Second Jewish Revolt of 132-135. After that, outside the Roman *Aelia Capitolina* and *Syria Palestina*, the *non-Jewish Christianism* got the upper hand and soon became Imperial Roman (312), then officially the *Roman Catholicism* (425).

This Religion had been preached for over a millennium 'from Rome, in Italy ... in all France ... and to the end of the earth' when it came to a Far-Eastern country then called *Dai-Viet*.

Its missionary, the French Bishop of Adran named Pierre Joseph Georges Pigneau (of Béhaine, 1741-1799), at the Southernmost of the country in 1777, fostered the uniquely remaining fifteen-year-old *Prince Nguyen-Anh* of the *Nguyen Warlords* then eliminated almost entirely by the *Brothers Nguyen (Nhac, Hue,* and *Lu) of Tay-Son*.

'Less of a missionary and more of a politician', even a genius of businessman and military, Bishop Pigneau de Béhaine spent all the rest of his life to support Prince Nguyen-Anh enthroning as *King Gia-Long* of the *Nguyen* Dynasty, 1802-1955, over the whole country renamed *Viet-Nam*, under the French Domination.

Thus began the Vietnamese tragedy after there had been the 250-year secession and civil wars (1527-1777) over so miserable such a country.

Alexandre de RHODES
(1591-1660)

In regards of the French explicit *colonisation, fait accompli par 1887*, over the whole *Indochine française de l'Union française* –this comprises five colonies at the same par *Cochinchine, Tonkin, Annam, Cambodge, and Laos* and some concessionary ports *Tourane, Hai phong, ...*– it is particularly necessary to exclude a French Catholic priest from the lot of colonising invasions, the Jesuit missionary *Father Dac-Lo*
[as we call him in *his Viet script*]
Reverend Alexandre de Rhodes first came to visit us and study our language in 1619. Expelled from the country in 1630 because of *his* Catholicism, he returned to *Cochinchine* in 1640, going on with the Romanised script previously invented by the Portuguese missionaries for the *Viet* language, perfecting it with special marks to denote the tone and indicate the meaning of words. Caught and condemned to death in 1646, he could never be back to *Cochinchine* as the sentence was soon commuted to permanent exile, from our French-dominated country, that is.

Even the Vatican then would not see him 'swim against the French tide': He was sent to ... Persia, to die there in 1660.

Two years before his death in the Persian Exile, 1658, in his stead, the Vatican launched a missionary program – reversing de Rhodes's Catholicism to be in line with the then French Colonialism – and to be conducted by those:

*Not believing they were being used by colonialists to 'enter the country by force';

*Agreeing with the French emperors, and maybe the Pope, that 'to fight the short-sighted rulers banning Christianity and persecuting Catholics *be* the duty of civilised nations';

*Endeavoring to 'preach this gospel in the entire world ... from Vatican, in Italy, in all ... France and Spain and Portugal, and to the end of the earth'.

[BTT, 3rd Ed., p. 152]

BÊN KIA NHỮNG NẤM MỒ

Tháng tư 1975, cùng 'chết' với Việt nam Cộng hòa Đệ nhị, người viết có âm thầm ghi lại mấy *Lời Chứng Bên Kia Mồ*, đề tựa theo danh tác *Mémoires d'outre-tombe* của Chateaubriand.

Nhưng hắn vốn chẳng phải một 'nhà văn', càng chưa hề bao giờ làm một 'tác giả', bằng chẳng vậy *Témoignage d'outre-tombe* của hắn chắc đã xuất hiện cũng khá lâu rồi. Cái tên 'đề tựa' của hắn thật sự đã biến mất khỏi cuộc đời này từ bấy đến giờ, chỉ còn lãng vãng đâu đó 'bên kia' thế giới, cả cái thế giới cộng sản tự xưng 'thiên đường đỏ', lẫn cái thế giới tư bản kêu là 'thiên đường xanh'.

Sinh làm người 'Quốc gia Việt nam trong Liên bang Đông dương của Liên hiệp Pháp', lớn lên suốt thời 'Việt nam Cộng hòa I', đến 'Việt nam Cộng hòa II' thì hắn cùng 'bị giải phóng, rồi cách mạng, và đổi mới'. Mỗi khi 'đổi đời' là một lần 'chết', *vốn là 'bụi lấy từ đất' hắn đã 'trở về bụi của đất'*—nhiều lần *trở lại thành bụi*, duy chưa có *trở về cùng đất* .

Tháng tư 2005, để tưởng niệm ba mươi năm Ly tán, tiền thân của bản Việt văn này, nguyên tựa *Hồi ký từ Bên kia*, đã được hoàn tất nhưng bị thất lạc từ bấy đến giờ đâu đó bên xứ Canada. Bản Anh văn của nó, *Memoir 1975-2005*, phải di tản qua Mỹ và khởi đầu mấy ấn bản trong chủ đề *Testimonies From Beyond The Tombs*, 2005-2007, đã ấn hành nhưng chưa thực sự phát hành. Bây giờ tạp văn này viết ở Adelaide, Nam Úc, 'bên kia' cái xứ tự xưng 'Cộng hòa Xã hội chủ nghĩa Việt nam'; cũng 'bên kia' cái dạng hồi ký trước đây, tức là 'bên kia cái ... bên kia' nên kêu là *Bên kia mồ* theo một bản Anh văn chính nghĩa là *Bên kia Những năm mồ*.

'Hạt giống lúa mì rơi xuống đất mà không chết đi thì cứ ở một mình, nhưng nếu chết đi thì sẽ kết quả được nhiều' .

Với dụ ngôn đó, Jesus người Nazareth giảng dạy 'sự chết' và 'phục sinh'. Hạt giống nứt mầm rồi hư hoại đi; Mầm nảy ra, lớn lên thành cây lúa, đơm bông và kết nhiều hạt khác ... cứ thế mà tiếp nối 'sự sống': Sự sống mới 'phục sinh' quả thật khởi từ một 'sự chết', trên một 'nấm mồ'. Jesus không có dính dáng gì tới mấy chuyện 'chết và chôn, sống lại và sống đời đời' ... là những 'sự tôn giáo' của hàng trăm năm về sau. Rồi hàng ngàn năm sau nữa, mỗi tôn giáo làm ra một 'Chúa Jesus' và một 'Kinh Thánh về Chúa Jesus đó'. Các 'Kinh

Thánh về Chúa Jesus' đa số kêu là Tân-Ước, để bổ túc cùng soi sáng cho cái mà họ lấy của Do-Thái giáo ... đổi tên thành Cựu-Ước.

Hiệu đính, dịch thuật, và đổi tên ... nhiều lần, hoàn toàn bất chấp tiền thân Hebrew của Một Giao-Ước Đời Đời. Đời đời hoặc Vĩnh cửu mà có Cựu và Tân, rồi tân-Tân và tân-tân-Tân! Mỗi tôn giáo, như một loại kén ... giáo điều, rất cần cho sự tồn tại và phát triển của con người, chẳng khác gì một loài ... sâu bọ, từ trứng nước đến trưởng thành. Ẩn dụ này lấy từ kiếp sống loài tằm tơ: Bướm tằm đẻ trứng, trứng tằm nở thành sâu, sâu tằm nhả tơ kết kén mà lớn lên thành nhộng, nhộng tằm trưởng thành đủ sức thì cắn kén thoát ra và bay lên thành ngài ... bướm tằm cứ thế tiếp nối các kiếp loài tằm tơ.

Bướm tằm thuộc giống bay đêm, chỉ sống khoảng ba ngày, không ăn cũng chẳng uống mà chỉ lo đẻ trứng. Nhưng trứng tằm phải mất trung bình bốn mươi lăm ngày, tiêu thụ thật nhiều dâu tằm ngay từ lúc nở ra thành nhộng, thì mới đạt đến độ 'cắn kén'. Làm thân tằm thì phải nhả tơ: Người ta cần tơ tằm, không muốn kén bị cắn đứt, bèn luộc kén trong nước sôi vừa khi nhộng sắp hóa thành ngài. Họ vừa muốn có tơ để may mặc, vừa thích lấy nhộng chiên dòn nhậu chơi!

Có nhiều thứ 'kén giáo điều' khác, làm ra nói là để bảo vệ hay nâng đỡ con người, thậm chí còn nhằm chuẩn bị hoặc xây dựng một loại 'thiên đường' nào đó ... gọi là cho cả thể loài người. Thực chất mọi cái kén nhân tạo kiểu đó đều chỉ nhằm 'luộc' người ta, và mấy đấng sáng tạo kia chỉ nhằm nhe thu hoạch ... cả tơ lẫn nhộng. Muốn thực sự trưởng thành và tiến hóa đúng mức, con người ắt phải biết 'cắn kén': Bao nhiêu chân trời mới lạ vẫn hằng có quanh mình. Nhưng 'cắn kén' là việc hết sức đau đớn, hơn cả 'sự chết'; lại quá khó khăn, như thể làm sao vượt qua bên kia mồ, *Bên kia Những năm mồ*.

Người viết không có tự mình cắn kén. Những cái kén yêu dấu từng bảo bọc và nuôi lớn hắn đã lần hồi tự hủy đi. Có thể cá nhân cùng gia đình là chuyện nhỏ, nhưng đất nước đã bao lần thay thầy đổi chủ trước mắt hắn, và dân tộc suốt bao nhiêu thế hệ vừa qua *(mười năm bây giờ đã là một thế hệ rồi)* cứ ngày càng suy đồi thê thảm ... đến nỗi thế hệ thứ tư trong đất phải có lời 'Sorry, I have no longer been amidst you and yours. In a sense I was dead ... not escaping *them* alongside most of *you* ... Your forces and government had fled away two nights and one day before they came gloriously without a single bullet spent ... I had once been like a bat that birds would not recognize as of their species, neither could rats as of theirs ... And so many generations of the *Việt People* had already been wasted away that our four-thousand-year heritage was also gone, *remaining merely on (the) papers*.'

Bây giờ thế hệ thứ tư ở ngoài đất nước *Việt* xin nhìn lại bao thế hệ từ khởi thủy *Bách Việt* trải gần năm ngàn năm qua đã *'lost and never found'*.

Phần Một

BI KỊCH
VIỆT NAM

BÁCH-VIỆT, Bắc thuộc thời Nguyên thủy, Trước Công Nguyên   k. 2500
            Triệu Đà, Nước Nam Việt [1]   207-179
            Bắc thuộc thời Cổ đại   179-TCN – 939-CN
ĐẠI-VIỆT,   Thời Độc lập:
    1-Nhà Ngô (Ngô Quyền)   939-967
    2-Nhà Đinh (Đinh Bộ Lĩnh)   968-980
    3-Nhà Tiền Lê (Lê Hoàn)   980-1009
    4-Nhà Lý (Lý Công Uẩn)   1010-1225
    5-Nhà Trần (Trần Cảnh)   1225-1400
            Họ Hồ (Hồ Quý Ly)   1400-1407
            Ngoại xâm, Minh   1407-1427
    6-Nhà Hậu Lê (Lê Lợi)   1427-1527
            Thời Phân tranh – Nội chiến:
            Họ Mạc (Mạc Đăng Dung)   1527-1592
            Phân tranh Lê (Nguyễn Kim) – Mạc   1533-1545
            Phân tranh Trịnh (Lê) – Nguyễn   1545-1786
            Phân tranh Tây sơn [2] – Nguyễn   1771-1802
VIỆT-NAM,   Thời Ngoại thuộc:
            Ngoại thuộc, Pháp   1777-1940
            Ngoại xâm, Nhật   1940-1945
            Ngoại xâm, Pháp   1945-1954
            Ngoại thuộc, Mỹ   1955-1975
            Ngoại thuộc, Cộng sản [3]   1930-
            Bắc thuộc thời Hiện đại   1949-

(1) NAM-VIỆT: Một số tộc Việt không rõ tên, trong số một *Trăm* tộc *Việt*, dưới quyền cai trị của Triệu Đà, quan huyện của Nhà Tần. Năm 207-TCN, Triệu Đà phản Tần, tự xưng Vũ Vương, lập nước Nam Việt độc lập, chiếm lấy nước Âu Lạc của hai tộc *Âu Việt* và *Lạc Việt*, rồi lên ngôi Vũ Đế (183-TCN). Triệu Vũ đế thu nhập thêm tộc *Mân Việt* vào nước Nam Việt rồi thần phục Nhà Hán, xưng lại Vũ vương 'thuộc Hán' năm 179-TCN.
(2) TÂY SƠN: Ba anh em Nguyễn Nhạc, Nguyễn Huệ, và Nguyễn Lữ; nổi dậy từ Tây sơn (Bình định, 1771), đánh Nguyễn, và diệt được Trịnh (1789).
(3) QUỐC TẾ III: Tháng 1, 1930, Quốc tế III cử Phái viên Nguyễn Ái Quốc đến Hồng công tập hợp 3 tổ chức đã thành hình trong năm 1929: Đông dương

Cộng sản đảng (tháng 6), An nam Cộng sản đảng (tháng 7), và Đông dương Cộng sản Liên đoàn (tháng 9) – thành Đảng Cộng sản Việt nam (3.2.1930).

1

TỪ BÁCH VIỆT ĐẾN VIỆT NAM

Bách Việt:	khoảng 2500 Trước-CN	939 Công-Nguyên
Đại Việt:	939 Công-Nguyên	1802 Công-Nguyên

Dân tộc Việt thường tự hào về bốn ngàn năm 'Văn hiến' của mình, từ Bách-Việt đến Việt-Nam; nhưng 'Lịch sử' chính thức khởi ghi từ Nam-Việt Vương Triệu-Đà, 207-TCN, bởi vì cội nguồn vốn ở trong cái kén tự nhiên, từ nguyên thủy, bên Trung quốc – điều này vẫn được mặc nhiên công nhận theo truyền thuyết nặng tính cách thần thoại:

*Thời tiền sử bên đó, sau ông Bàn Cổ (sáng thế) là Tam Hoàng (Phục Hi, Thần Nông, Hoàng Đế) và Ngũ Đế; Đế Minh cho con trưởng vợ chính cai quản phương Bắc là Đế Nghi, con thứ vợ lẻ làm vua phương Nam là Lộc Tục (lập họ Hồng Bàng, xưng Kinh Dương Vương, nước Xích Quỷ);

*Vương lấy tiên Thần Long sinh ra Lạc Long Quân, Quân lấy tiên Âu Cơ sinh ra (trăm trứng nở thành) trăm con trai – Con trưởng xưng Hùng Vương I, truyền được mười tám đời (vẫn họ Hồng Bàng, nước Văn Lang).

Huyền thoại truyền thống đó vẫn còn được trân quý để tự hào về mấy cái mỹ từ: Con Rồng (Lạc Long), Cháu Tiên (Âu Cơ hay Thần Long cũng được, vì đều là ... tiên); Nòi giống Lạc-Hồng (họ Hồng Bàng, tộc Lạc Việt đứng đầu trăm tộc Bách Việt). Trăm tộc Bách Việt theo huyền sử, ngoài Lạc Việt của họ Hồng Bàng, nay còn ghi lại được:

(1) Âu Việt của Thục Phán (chiếm nước Văn Lang của Lạc Việt, nhập lại thành nước Âu Lạc, xưng là An Dương Vương);

(2) Một số tộc Việt không rõ tên dưới quyền cai trị của Triệu Đà, quan huyện của Nhà Tần (sau phản Tần, tự xưng Vũ Vương, lập nước Nam Việt năm 207-TCN, chiếm lấy nước Âu Lạc, rồi lên ngôi Vũ Đế 183-TCN);

(3) Và Mân Việt là bộ tộc bị Triệu Vũ đế thu nhập vào nước Nam Việt (trước khi thần phục Nhà Hán, xưng lại Vũ vương như trước, 179-TCN).

Vậy thì huyền sử Bách Việt khởi thủy ở huyền sử Trung hoa, từ thời Đế Minh – Đế Nghi – Đế Lai bên đó, khoảng hai ngàn năm trăm năm TCN, tức là nay đã được 'hơn bốn ngàn năm huyền sử'. Danh xưng Bách Việt có ghi trong *Sử ký* (của) *Tư Mã Thiên*, nhưng từ đó về sau sử sách Trung hoa thường gọi dân ta là *Nam Man, An Nam*, ... ngoài các tên họ áp đặt cho nước ta như một quận huyện của Trung quốc như *Giao chỉ, Giao châu*, ...

'Bắc thuộc' từ đầu 'Bách Việt', trải mấy ngàn năm 'căn kén' chưa thành, dân ta khởi nền độc lập – tự chủ lâu dài với Ngô Quyền, năm 939-CN, đại thắng quân Nam Hán trên sông Bạch Đằng. *Đại (Cổ) Việt* là quốc hiệu từ

Nhà Đinh (968) trải các triều đại cả chính sử lẫn bàng sử, đến đầu thế kỷ 19 (1802) mới bị bỏ luôn cho tới nay.

Việt Nam là tên ghi trên giấy tờ, khai sinh trong khoảng 1802-1804, do Hoàng đế Nhà Thanh của Trung Hoa ban cho Vua Gia Long đầu đời nhà Nguyễn. Vua thứ hai là Minh Mạng đã cải gọi *Đại Nam* (1838); có thuyết cho rằng chính Gia Long đã trở lại danh xưng truyền thống *Đại Việt* năm 1813 còn Minh Mạng thì 'cấm nói hai chữ *Đại Việt*'.

Dẫu sao hơn hai trăm năm qua, người ta quen tự hào cái Việt Nam 'từ bốn đến năm ngàn năm lịch sử', nhẹ hơn chút đỉnh thì nói là 'văn hiến'. Và từ bấy đến giờ người Tàu vẫn thích gọi dân ta là An Nam như hồi sơ thủy còn dân Tây thì cứ ghi Việt Nam trong thực tế (*Vietnam*, cả Pháp lẫn Anh):

* Không-Chính-Danh đã quá lâu, nhiều sự việc nháo nhào hết cả, những lý giải ở đây chỉ nhằm Chỉnh Danh các sự việc. Mong các thế hệ mai sau hiểu được quá khứ *Dân tộc Việt* một cách 'chính danh'. 'Ngôn thuận' và 'sự thành' là 'việc' và 'công' của họ, ở nhiều phương trời quá khác biệt, đã hơn ba mươi năm qua và chưa biết cho đến bao giờ.

* Mới 35 năm 'ly tán' mà hiện trạng đã quá suy đồi, 'tản lạc' và 'diệt vong' là điều không còn tránh được nữa. 'Bi kịch Việt nam' khởi đầu không phải từ 1975 mà từ đầu thế kỷ 19, lúc 'Quốc hiệu Việt nam' được khai sinh. Và Đại bi kịch của Dân tộc Việt đã thực sự khởi đầu cùng với đại nạn 'Phân tranh và Ngoại thuộc' khi Nhà Hậu Lê bị soán đoạt năm 1527.

Trong 'Niên biểu Việt sử Yếu lược' ở trang 14, chính sử chỉ bao gồm sáu Triều đại là Ngô, Đinh, Tiền Lê, Lý, Trần, và Hậu Lê.

Từ đầu Bách Việt đến hết thời 'Ngoại thuộc Nam Hán' kể là ngoại sử, phần lớn dựa theo 'Ngoại ký' trong *Đại Việt Sử ký* (1272) của Sử gia đầu tiên Lê văn Hưu (1230-1322) của Đại Việt, Sử quan của Nhà Trần (1225-1400).

Các Họ Hồ, Mạc, Nguyễn (Tây sơn), và Nguyễn (Phúc, hay Phước) trước vẫn coi như những 'Nhà' hay 'Triều', nay kể là bàng sử.

Riêng Nguyễn (Phúc) Ánh xưng Vương năm 1780, lên ngôi Gia Long năm 1802, và truyền đến đời cuối Bảo Đại (Nguyễn Phúc Vĩnh Thụy, lên ngôi 1925, thoái vị 1945, bị truất phế 1955).

Từ Nguyễn Kim dấy nghiệp 1533, họ Nguyễn này nổi bật được hơn bốn trăm năm: Thời bàng sử này chứng kiến lắm chuyện phân tranh–ngoại thuộc.

Người ta thường cố ý quên rằng Sử quan Lê văn Hưu đã

* Không ghi chép các huyền sử 'gốc Tàu' từ Kinh Dương Vương, qua các Hùng Vương, cho đến An Dương Vương; mà

* Khởi chép: 'Vũ Đế họ Triệu húy Đà, người ... nước Hán', vốn là quan lại cũ ở đất Việt, tự lập làm Nam Việt Vương (207 TCN), lên ngôi hoàng đế (183 TCN) ... chiêu vỗ Mân Việt, Âu Lạc, ... các nơi đều theo về, rồi trở lại làm tôi nhà Hán (179 TCN); và

* Khởi ghi: Ngô Vương húy là Quyền ... lấy quân mới hợp của nước Việt ta mà đánh tan được trăm vạn quân của (Nam Hán Thái tử, Vạn vương) Lưu Hoàng Thao, mở nước xưng vương.

Từ Nam Việt Vương Triệu Đà (207-136 TCN) đến hết thời Bắc thuộc, các việc 'gốc ở dã sử, truyện chí, chuyện kể, ... có khi quái đản' nên phần chép này đề tựa là *Ngoại-Ký* (thời ngoại sử, Bắc thuộc);

Phần ghi sau đó, từ Ngô Vương Quyền (939-944) 'làm cho người phương Bắc không dám trở lại (939), ở ngôi sáu năm thọ bốn mươi bảy tuổi' ... mới là *Bản-Ký* (thời chính sử, Tự chủ hay Độc lập: Vương mưu lược giỏi, lập công lớn, đứng đầu các vua).

Bản ký của Lê văn Hưu ghi đến Lý Chiêu Hoàng (1225) và dâng lên Trần Thánh Tôn (1272); Tiếp theo, *Bản ký* của Phan Phù Tiên ghi từ 1225 đến hết thời kỳ hai mươi năm thuộc Mimh, và dâng lên Lê Nhân Tôn 1455).

Đến đời Lê Thánh Tôn, sau hai chiếu chỉ 'tìm tòi và thu thập sách sử, truyện ký, dã sử ... còn sót lại trong dân gian sau thời thuộc Minh',

Năm 1479, Vua sai Sử quan Ngô Sĩ Liên 'tu soạn *Đại-Việt Sử ký Toàn thư*'. *Bản ký Toàn thư* (mới) này chỉ tu bổ mà không ghi tiếp hai *Bản ký* trước của Lê Văn Hưu và Phan Phù Tiên.

Nhưng phần *Ngoại ký Toàn thư* được biên soạn thêm: Từ họ Hồng Bàng (Kinh Dương Vương và Lạc Long Quân, nước Xích Quỷ), trải mười tám đời Hùng Vương (nước Văn Lang), cho đến hết Nhà Thục (An Dương Vương, nước Âu Lạc);

Gọi là để nhấn mạnh 'Thời đại mở nước, nửa huyền thoại nửa lịch sử, lần đầu tiên được chính thức đưa vào Quốc sử' ... bởi vì 'Nước Đại Việt ở phía nam Ngũ Lĩnh, trời đã phân chia giới hạn Nam Bắc; Thủy tổ ta dòng họ Thần Nông, trời đã sinh chân chúa, cho Nam triều và Bắc triều mỗi bên làm Đế một phương'.

Gần cuối thời Nhà (Hậu) Lê, Sử quan Vũ Quỳnh (1452-1516) tuân lệnh Lê Tương Dực (1510-1516) soạn lại bộ sử trước, đề là *Đại Việt Thông giám Thông khảo* (1511);

Chép từ họ Hồng Bàng đến Mười hai Sứ quân, tách làm *Ngoại kỷ*, từ Đinh Tiên Hoàng đến năm đầu Lê Thái Tổ (1428) là *Bản kỷ*;

Gọi là để nêu rõ 'Đại Nhất thống': Nhất thống bờ cõi, sáng chế triều nghi, định lập quân đội, 'Vua Chính thống' bắt đầu từ Đinh Tiên Hoàng.

Sang thời Nhà (Hậu) Lê Trung hưng, thực quyền trong tay Chúa Trịnh, Sử quan Phạm Công Trứ đứng đầu nhóm 'Biên soạn Quốc sử' mười hai người, năm 1665 đã hoàn chỉnh bộ *Đại Việt Sử ký Toàn thư* (I) gồm có:

Ngoại kỷ Toàn thư, từ họ Hồng Bàng đến Ngô 'Sứ quân'
Bản kỷ Toàn thư, từ Đinh Tiên Hoàng đến Lê Thái Tổ
Bản kỷ Thực lục, từ Lê Thái Tôn đến Lê Cung Hoàng
Bản kỷ Tục biên, từ Lê Trang Tôn đến Lê Thần Tôn.

Sau cùng, từ năm 1681, Sử quan Lê Hy đứng đầu một nhóm mười hai người khác 'coi sửa Quốc sử'; Biên tiếp *Bản kỷ Tục biên* với mười ba năm 1663-1675; Kết thúc bộ *Đại Việt Sử ký Toàn thư* (II) của Nhà Lê Trung hưng. (Bản này được khắc in năm *Chính hòa* 1697)

Nhà Hậu Lê (1427-1527) được kêu là 'Trung hưng' với vua Trang tôn Lê Duy Ninh do Nguyễn Kim lập ra năm 1533 ở ... bên Lào, bằng ... viện trợ Lào. Đây là kiểu mẫu lập quốc, trung hưng, phục quốc, v. v. ... từ thế kỷ 16;

Cho đến nay, năm 2010, suốt trong lịch sử *'Ba thế kỷ cuối Đại Việt'* sang *'Hai thế kỷ đầu Việt nam'*;

Là kiểu mẫu trước đó *không phải* của những Ngô Quyền (939), Đinh Bộ Lĩnh (968), Lê Hoàn (980), Lý Công Uẩn (1010), Trần Cảnh (1225), và Lê Lợi (1427);

Mà sau đó *cũng không phải* kiểu của Ba anh em họ Nguyễn từ Tây sơn, cuối thế kỷ 18 (1771-1802).

Bởi vì chính trong giai đoạn 30 năm ngắn ngủi này, cái gọi là một 'Ngàn năm Độc lập', thực sự chỉ có 939-1777, đã chấm dứt sớm gần hai trăm năm. Và thời Pháp thuộc thực sự khởi đầu trước khi Nguyễn (Phúc) Ánh xưng Vương (1780) với trợ giúp của Giám mục Pigneau de Béhaine, một số chiến thuyền và thủy quân do Manuel chỉ huy; và trên nguyên tắc, với Thỏa ước Versailles

1787 có chữ ký của Hoàng tử (Nguyễn Phúc) Cảnh nhân danh Nguyễn (Vương) Phúc Ánh.

Đức Giám mục dòng Adran này đã nắm đúng thời cơ, cuối năm 1777, khi giải cứu Nguyễn (Phúc) Ánh bấy giờ mới 15 tuổi – hậu duệ duy nhất nhà Chúa Nguyễn (Phúc) – thoát khỏi tay quân Tây Sơn mà xây tiếp sự (nghiệp) gọi là 'vạn đại' của Chúa Tiên Nguyễn Hoàng ở 'Hoành sơn nhất đái'.

Và như vậy, Đấng Giáo quyền này đã xoay chuyển thời 'Đại Việt phân tranh' 1527-*1793** sang thời gọi là 'Pháp thuộc Trăm năm' 1777-1955, trong khi Tôn giáo này đã đưa dân tộc Việt vào một dạng mới của Bi kịch Do thái sau gần hai trăm năm 'cưỡng nhập đặng cứu rỗi'.

Bá Đa Lộc (tên Việt), Pierre Joseph Georges Pigneau de Béhaine (1741-1799), dòng Adran, đấng tiên phong của Hoàng đế Pháp Louis XVI, trong chiến lược 'Bành trướng Thuộc địa và Tín ngưỡng' sang Viễn Đông,

Đã trợ giúp tiểu chúa Nguyễn Ánh, từ 1777 thoát khỏi Tây sơn, đến 1780 lên ngôi Nguyễn Vương Phúc Ánh,

Làm trung gian ký kết Thỏa ước Versailles 1787 [mà Bá tước Toàn quyền Conway ở Ấn độ không chịu thực hiện cho An nam (1788) – rồi lại bị Cách mạng 1789 ở mẫu quốc Pháp làm đình trệ suốt những Biến động (1790-1792), Xử chém Louis XVI (1793), ... Cách mạng 1830 và Cách mạng 1848, Cộng hòa Đệ Nhị (1848-1852), Napoléon Đệ Tam (1852-1870), và Cộng hòa Đệ Tam (1870-1940)].

Vốn được huấn luyện làm Thừa sai Truyền đạo cho Ngoại quốc (Missions Étrangères), sinh ở Béhaine nay thuộc Aisne năm 1741,

Đến vùng ven biển cực Nam châu Á năm 1767; Trước giảng đạo cho các lưu dân phi pháp gốc Hoa, Xiêm, và Việt trong vùng Hà tiên bây giờ,

Năm 1768 thì bị Mạc Thiên Tứ bắt giam ba tháng theo yêu cầu của nước Xiêm, rồi năm 1770 lại bị hải tặc Hoa và Miên cướp phá nên phải lánh sang Pondicherry (Ấn) bấy giờ thuộc Pháp;

Tại đây, sau cùng, ông được phong Giám mục dòng Adran và bổ làm Tông đồ cho 'xứ Cochinchina';

Từ năm 1775 và từ căn cứ Hà tiên, nhắm mục tiêu *dominate the seas of China and the archipelago of Cochinchina'*, vị Giám mục Tông đồ này ngày càng bành trướng các hoạt động ... chính trị và cả quân sự, rộng khắp vùng ven biển phía nam bán đảo Cochinchina;

Và như thế đã xoay ngược hoàn toàn đường hướng truyền giáo của Tu sĩ Dòng Tên Alexandre de Rhodes (1591-1660) trước đó, để 'sáng tạo' ra cả một triều đại *'Việt nam thuộc Pháp'* chỉ trong vòng 25 năm.

Niên biểu *1793* chấm dứt thời *'Đại Việt'* cùng với điểm khác biệt giữa 'ngoại thuộc' và 'ngoại xâm' sẽ được sáng tỏ khi xét kỹ thời 'Phân tranh – Nội chiến' đó; Không phải cái thời gọi là 'Ba mươi năm Nội chiến từng ngày 1945-1975' như người ta vẫn còn ca hát, mà dường như nguyên là 'Hai mươi năm 1955-1975';

Bởi lẽ Nội chiến gì mà nay đã rõ:

Một bên là Tư bản (Thực dân Pháp, rồi Đế quốc Mỹ),

Bên kia là Cộng sản (Quốc tế III, Liên Sô, rồi Trung quốc);

Riêng với Trung quốc, cũng đã rõ:

Nhiều 'Ngàn năm Bắc thuộc' chấm dứt (939),

Lại tái diễn khi Cộng hòa Nhân dân Trung quốc thành hình.

PHÂN TRANH
NỘI CHIẾN

1527-1793

Auto-colonisation (Pháp văn) là từ ngữ được chế biến để chỉ sự việc một phần đất nước nổi lên xâm chiếm một hay nhiều phần hoặc cả thể đất nước làm thuộc địa của mình. Hình thức xâm lược này thường thấy trong phạm vi một dân tộc đang khi nội chiến, khác với việc một dân tộc thực dân cướp lấy một hay nhiều phần hoặc cả thể đất nước của một dân tộc khác làm thuộc địa.

Mùa xuân 1975, nước Việt nam Dân chủ Cộng hòa xua quân cưỡng chiếm nước Việt nam Cộng hòa, gọi là để 'nhất thống' đất nước. Nhưng cái chiêu bài 'Chống Mỹ Cứu Nước' của mấy công cụ hình nộm 'Mặt trận Dân tộc', 'Chánh phủ Lâm thời', ... và luôn cả những tổ chức cộng sản ngoại vi đó đều tan biến nhanh chóng trong vòng một năm để hình thành cái gọi là 'Nước Cộng hòa Xã hội Chủ nghĩa Việt nam'. Điều quái đản đã xảy ra liền trong chỉ một năm sau: Liên Hiệp Quốc, tổ chức 'Vì Hòa bình, An ninh, và Hợp tác Quốc tế', thu nhận làm quốc gia hội viên một nước vừa mới ngang nhiên xé bỏ một cái 'Thỏa ước về Hòa bình, An ninh, và Hợp tác' họ ký năm 1972 – công khai dùng quân lực xóa bỏ một nước khác cũng từng có 'Quan sát viên Thường trực tại Liên Hiệp Quốc'.

Ba mươi năm sau nữa, Đại hội đồng Liên Hiệp Quốc lại thu nhận cái nước có quân lực mạnh nhất Đông Nam Á đó vô Hội đồng Bảo an làm Hội viên Không thường trực: Người ta đã có quá đủ tiền lệ để chấp nhận sự Hợp tác Quốc tế dựa trên Bạo lực, và sẽ rất dễ dàng công nhận bất cứ một 'Quốc gia Thống nhất' nào có Quân lực đủ Hùng mạnh. Dường như đó là Căn bản của Hòa bình và An ninh theo Chủ thuyết Toàn Cầu Hóa, một sáng tạo áp đặt trước cho thời Hậu Hiện đại. Cái gọi là Cộng hòa Xã hội Chủ nghĩa Việt nam chỉ có thể hiểu được trong chiều hướng đó.

Cả Tư bản Mỹ lẫn Cộng sản Tàu, cũng như trước đó Tư bản Pháp và Cộng sản Nga rồi Quân phiệt Nhật ... mọi 'Thế Lực' đều đến nước Việt để 'luộc' người Việt trong những cái 'kén' có dán nhãn hiệu rất hay ho – như là khai hóa, cứu rỗi, viện trợ, giải phóng, và v. v. ...

Mọi thứ kén nhân tạo, lại ngoại nhập nữa, áp đặt trên con ... nhộng tằm để thúc nó sản xuất nhiều tơ hơn và nhanh chóng hơn, đều tùy thuộc các đấng sáng tạo kén: Họ toàn quyền sửa kén, thay nhộng, ... mà chủ đích duy nhất là thu hoạch càng nhiều kén tốt nhộng béo càng sớm càng hay! Việt nam là cái giống gì ở giữa?

Nhà Hậu Lê (1427-1527) là triều đại chính thống sau cùng của dân tộc Việt, do Lê Lợi khởi nghĩa từ Lam sơn kháng chiến chống quân Minh mười năm mà thành lập, truyền được một trăm năm thì mất về tay Họ Mạc (1527-1592).

Từ các vua Mạc (1527) về sau, tất cả đều là bàng thống :

        Các vua Lê thời Nguyễn Kim (1533-1545)
        Các vua Lê thời Chúa Trịnh (1545-1789)
        Các Chúa Nguyễn ở trong Nam (1558-1802)
        Các vua Nguyễn nhà Tây sơn (1771-1802)

Cuộc nội chiến trong ba thế kỷ XVI-XVII-XVIII có thể tính từ năm 1527 đầu thời Họ Mạc, hay từ năm 1533 khi Nguyễn Kim lưu vong bên Lào trở về xưng Chúa để 'Phù Lê' (Trung hưng), hoặc từ năm 1558 lúc Trịnh Kiểm cho Nguyễn Hoàng được phép vô 'Hoành sơn Nhất đái' mà lập nghiệp Chúa một phương cho tới 'vạn đại'. Đó là từ nửa đầu thế kỷ thứ 16, kéo dài 200 năm.

Đến cuối thế kỷ thứ 18, vua Lê 'bù nhìn' sau cùng Chiêu Thống (1786-1789) không phải là người đầu, càng chẳng phải là đấng cuối, đã từng 'cõng rắn về cắn gà nhà'. Nhưng từ bấy đến giờ chưa hề có một Quang Trung Nguyễn Huệ (1788-1792) nào khác, toàn những đấng chuyên đi rước đủ loại rắn ... Pháp, Nhật, Cộng sản, Tư bản, Tư bản Đỏ, Tư bản 'Toàn cầu'.

Thời kỳ phân tranh và nội chiến (Lê – Mạc; Mạc – Nguyễn và Trịnh; Trịnh – Nguyễn; Nguyễn – Tây sơn) chưa chấm dứt (1793), mà thời kỳ Ngoại thuộc Pháp đã khởi đầu năm 1777 trong thực tế;

Và trên nguyên tắc với Thỏa ước Versailles 1787 theo đó Đức Giám mục Pigneau de Béhaine Dòng Adran và Hoàng tử Nguyễn Phúc Cảnh đại diện Nguyễn Vương Phúc Ánh, trao cho nước Pháp đương thời Hoàng đế Louis XVI (1754-1793): Côn Đảo, Hội An, Độc quyền Ngoại thương trong cả nước 'sẽ trung hưng bằng viện trợ Pháp'.

Cho nên mặc dầu trên lý thuyết các sử quan vẫn ghi Nhà Lê Trung hưng (1533-1789) cùng với Nhà Nguyễn Chính triều (1802-1945), nhưng thực tế không phải như vậy.

Họ lại thường coi giai đoạn Tây sơn, từ khi nổi dậy năm 1771 đến lúc diệt vong năm 1802, chỉ là (Ba Mươi Năm) bàng thống nối kết hai triều đại đó, nhưng thực tế cũng không phải như vậy.

Quang Trung Nguyễn Huệ chính là người đã dẹp yên mọi phân tranh, nội loạn, và ngoại xâm – chỉ không có *'Nhất thống Sơn hà'* theo mấy cái kiểu:

    @   Phong kiến (1777-) 1802,
    @   Cộng sản   (1930-) 1976.

QUANG TRUNG NGUYỄN HUỆ (1788-1792)

Nhà Tây sơn do Nguyễn Nhạc là anh cả, cùng hai em Huệ và Lữ nổi lên mưu đồ dẹp cả Chúa Nguyễn trong Nam lẫn Chúa Trịnh ngoài Bắc.

Từ Bình định, Qui nhơn, anh em Tây sơn đánh Chúa Nguyễn chiếm miền Trung, tạm hòa hoãn cùng Chúa Trịnh ở xa, chỉ trong sáu năm 1771-1777 đã lấy được từ Quảng nam đến Hà tiên, tiêu diệt hết đám quần thần Chúa Nguyễn, chỉ có một mình tiểu chúa Nguyễn Ánh trốn thoát được nhờ Giám mục Bá Đa Lộc.

Đầu năm 1778, Tây sơn Vương Nguyễn Nhạc lên ngôi xưng là Thái Đức Hoàng đế lo việc cai trị ở miền Trung: Từ một đảo nhỏ phía cực Nam, Nguyễn Ánh lần hồi gầy lại lực lượng, chiếm lấy Gia định mà xưng Vương năm 1780 – với sự trợ giúp của một ít tàu Pháp và Bồ có trang bị vũ khí. Năm 1782, Nguyễn Huệ đem thủy quân Tây sơn vào Nam dẹp Nguyễn Vương, đánh chìm một tàu của Pháp, thuyền trưởng Pháp tử trận; Nguyễn Vương và đám cận thần, cùng với Giám mục Bá Đa Lộc và một số giáo sĩ, mạnh ai nấy tìm đường tẩu thoát ... sang Miên, định tới Xiêm.

Đến cuối năm đó, khi quân Tây sơn rút về Qui nhơn, Nguyễn Vương trở lại tập hợp đám tàn quân, lấy được Gia định lần nữa. Đầu năm 1783 Nguyễn Huệ lại vào Nam, lần này truy đuổi Nguyễn Vương đến tận cùng, lục soát cả những đảo lớn nhỏ vùng cực Nam: Nguyễn Ánh phải bỏ nước, tới được Xiêm vào đầu năm 1784 để xin cầu viện; tháng bảy, liền rước 20 000 thủy quân, 300 chiến thuyền, và 30 000 bộ binh Xiêm về đánh Gia định.

Tất cả đều bị Nguyễn Huệ dẹp tan trong tháng giêng 1785: Nội loạn ở trong Nam đã chấm dứt cùng với đám xâm lược rút về Xiêm.

Quay sang mặt Bắc, năm 1786 lấy danh nghĩa 'Phù Lê Diệt Trịnh', Nguyễn Huệ ra quân diệt Chúa Trịnh Khải, tôn vua Lê Hiển Tôn rồi lui về. Đầu năm 1788, Nguyễn Huệ lại ra Bắc dẹp đám tướng tá của mình đang lộng quyền lấn áp vua Lê Chiêu Thống, rồi cũng lui về.

Nhưng vua Chiêu Thống đã ngầm sai mẹ, con trai, cùng mấy cận thần sang Tàu cầu viện: 200 000 quân Nhà Thanh liền lũ lượt kéo qua chiếm đóng, vơ vét, ... từ tháng 11, năm 1788.

Nguyễn Huệ liền lên ngôi Hoàng đế, xưng là Quang Trung, để chuẩn bị đánh quân Thanh: Chỉ trong vòng nửa tháng đầu năm 1789, Quang Trung Nguyễn Huệ đã đuổi hết quân xâm lược ra khỏi nước, đồng thời cũng là chấm dứt luôn cái cảnh 'Chúa Trịnh Vua Lê' kéo dài đã 250 năm trên đất Bắc.

Nhưng phân tranh và nội chiến vẫn còn tiếp diễn (Quang Trung Nguyễn Huệ ở Phú Xuân và Thái Đức Nguyễn Nhạc ở Qui nhơn đều là Hoàng đế), mà Đông định Vương Nguyễn Lữ ở Gia định đã bị một thứ 'xâm lược mới' từ phương tây đe dọa (Pháp, Bồ, ... qua các giáo sĩ, thương gia, lính đánh thuê).

Nguyễn Ánh ở Xiêm lần thứ hai (1785-1787), trở về đánh chiếm được Sài côn (1788) rồi lấy cả Gia định (1789); đón Giám mục Pigneau de Béhaine và Hoàng tử Cảnh từ Pháp đem hai tàu chiến với vũ khí họ tự mua và một số lính họ tự thuê về tăng cường Gia định (1789-1790); tiến đánh Bình thuận, Diên khánh, Bình khang, Phú yên, ... tới Qui nhơn (1790-1793);

Nguyễn Lữ đã phải bỏ Sài côn, lui về và chết ở Qui nhơn năm 1787; Nguyễn Huệ, trong năm 1792, đang mưu định lấy lại Lưỡng Quảng từ Nhà Thanh bằng ngoại giao và đem quân vào Nam đánh đuổi ngoại xâm, bỗng qua đời đột ngột.

Thái tử Quang Toản lên kế vị ở Phú xuân (1792), cho quân cứu viện rồi chiếm giữ luôn Qui nhơn (1793) khiến Nguyễn Nhạc tức giận quá mà chết. Năm 1793 như vậy trong thực tế là dứt điểm của 'Thời Phân tranh và Nội chiến', đã quá lâu dài, kể từ năm 1527.

Lên ngôi năm mười tuổi, được một năm thì đất nước thống nhất, Cảnh Thịnh Nguyễn Quang Toản không thể đóng nổi vai trò một 'Quang Trung Nguyễn Huệ mới' đương đầu cùng một 'Chiêu Thống mới' đã quá già dặn lại có một 'quan thầy cỡ Bá Đa Lộc'.

Cho nên chưa trọn mươi năm sau đó, 1793-1802, giai đoạn Tây sơn huy hoàng đã sớm cáo chung – luôn với quốc hiệu truyền thống ĐẠI-VIỆT (968-1802).

NGOẠI THUỘC
NGOẠI XÂM

Ngoại thuộc, Pháp	1777-1940
Ngoại xâm, Nhật	1940-1945
Ngoại xâm, Pháp,	1945-1954
Ngoại thuộc, Mỹ	1955-1975
Ngoại thuộc, Cộng sản	1930-

PHONG KIẾN và TƯ BẢN PHÁP (1777-1954)

Hoàng đế Napoléon Đệ Tam và Cộng hòa Đệ Tam của Pháp thực ra chỉ tiếp tục công cuộc Bành trướng 'Pháp quốc Hải ngoại' tới Việt nam, sách lược trước kia của Hoàng đế Louis XVI do Đức Giám mục Bá Đa Lộc soạn thảo và làm tiên phong thực hiện khá tốt đẹp trên đất nước Đại-Việt vào cuôi thời Phân tranh và Nội chiến (1527-1793).

Đức Giám mục đã chết năm 1799, sau được truy phong Thái phó Quận Công; những người Pháp còn sống đều được phong Hầu tước và bổ quan chức với nhiều đặc quyền đặc lợi ... cho tới khi Hoàng đế Louis XVIII (1814-1824) đòi thi hành Thỏa ước Versailles 1787 mà không được. Quan hệ ngày càng lạnh nhạt, rồi căng thẳng dần lên ... đến độ quân Viễn chinh thủy bộ của Pháp phải trực tiếp kéo sang mới hoàn thành các giai đoạn Xâm thực như sau:

1847-1856: Đánh thử vào Đà nẵng đôi lần, Không chiếm đóng được
1857-1867: Chiếm miền Nam làm xứ Thuộc địa, do Thống đốc cai trị
1873-1883: Chiếm miền Bắc làm xứ Bảo hộ, do Thống sứ quản trị
1883-1884: Chiếm miền Trung làm xứ Giám hộ, do Khâm sứ giám sát
1885-1887: Thỏa hiệp với Trung hoa tại Thiên tân, Toàn quyền Đông dương cai trị cả 'năm xứ của Liên bang Đông dương trong Liên hiệp Pháp' – Nam kỳ, Bắc kỳ, Trung kỳ, Cao miên, và Ai lao.

Sử quan phong kiến Việt nam thường ghi 'Trăm năm Pháp thuộc 1862-1955'; tính từ Hòa ước Nhâm Tuất 1862 (đời vua Tự Đức) giao cho Pháp ba tỉnh miền Đông (Biên hòa, Gia định, Định tường) và đảo Côn lôn; cho đến Quốc trưởng (Cựu hoàng) Bảo Đại khi bị truất phế qua 'Tổng tuyển cử ở miền Nam Việt nam' – thiếu sáu bảy năm.

Sử quan cộng sản Việt nam lại ghi 'Trăm năm Nô lệ Giặc Tây 1847-1945'; tính từ khi Hải quân Pháp bắt đầu bắn phá Đà nẵng (đời vua Thiệu Trị) đến lúc họ thành lập được nước Việt nam Dân chủ Cộng hòa ở miền Bắc Việt nam – vẫn thiếu hai năm; Có điều họ nhận quan điểm phong kiến cho rằng 'Nguyễn Ánh đã Nhất thống Việt nam' vào năm 1802.

Trong thực tế, thương gia và giáo sĩ Tây phương đã đến Đại Việt nhiều, cả Đàng trong lẫn Đàng ngoài suốt thời Phân tranh – Nội chiến, 1527-1793. Nhưng Giám mục Bá Đa Lộc là người duy nhất thành công: Năm 1777, ông thu dưỡng và bảo hộ Nguyễn Ánh; 1802, Nguyễn Ánh lên ngôi Gia Long, truyền đến Vua Bảo Đại (thoái vị 1945, bị truất phế 1955).

QUÂN PHIỆT NHẬT (1940-1945)

Đầu Thế chiến 1939-1945, Đức Quốc xã chiếm Paris, giải thể Cộng hòa III của Pháp. Thống chế Philippe Pétain lập Chính phủ Vichy (1940-1944) hợp tác với quân xâm lược Đức ở mẫu quốc Pháp, cử Đô đốc Jean Decoux tới thuộc địa Đông dương làm Toàn quyền, chấp nhận và chịu đựng sự đô hộ của Quân phiệt Nhật (đồng minh của Quốc xã Đức) từ tháng chín 1940.

Trước đó, Nhật đã áp lực Pháp đóng biên giới Việt Trung (tháng 6) để Nhật đánh Trung hoa Dân quốc của Tưởng Giới Thạch từ mặt Nam, ký Thỏa ước Tokyo (tháng 8) nhận quyền điều động tuyệt đối của Nhật trên toàn Đông dương, và cho đến cuối năm 1941 thì Pháp hoàn toàn trở thành guồng máy cai trị của Nhật.

Suốt bốn năm 1941-1944, Quân phiệt Nhật sai khiến Pháp vơ vét hết mọi tài nguyên ở Đông dương, tập trung phục vụ cái gọi là 'Đế quốc Đại Đông Á' của Nhật. Nhưng, Thế chiến ngày càng bất lợi cho Trục Đức-Ý-Nhật, Phát xít Ý sụp đổ nhanh chóng trước Khối Đồng minh Mỹ-Anh-Pháp (Tướng De Gaule đã lập Chính phủ 'Lưu vong – Kháng chiến' chuẩn bị giải phóng Pháp)

Đến tháng ba 1945, trước nguy cơ bị phản công ở Đông dương, Nhật tước vũ khí toàn bộ quân Pháp, trực tiếp đô hộ Việt nam, sai Bảo Đại (hoàng đế bù nhìn do Pháp dựng lên năm 1925):
        *Tuyên ngôn Độc lập (<u>Độc lập với Pháp, để Nô lệ cho Nhật</u>),
        *Làm Quốc trưởng, và Lập Chính phủ Quốc gia (<u>Bù nhìn của Nhật</u>).

Chính phủ Trần Trọng Kim trực tiếp là tay sai của Quân phiệt Nhật bản Xâm lược ở Việt nam, thực sự chỉ 'làm cảnh' từ tháng 4.1945, đến tháng 8.1945 thì:
        *Nhật đầu hàng Đồng minh   ngày 14.8.1945
        *Việt Minh 'lấy' chính quyền Hà nội   ngày 19.8.1945
                       Huế   ngày 22.8.1945
                       Sài gòn   ngày 25.8.1945
        *Việt nam 'Tuyên ngôn Độc lập'   ngày 02.9.1945

(<u>Độc lập với các thế lực Tư bản, để Nô lệ các thế lực Cộng sản</u>)

CỘNG SẢN

Từ cuối thế kỷ XIX, Cộng sản Quốc tế nổi lên rất nhanh và mạnh mẽ, do mớ lý thuyết 'xã hội chủ nghĩa khoa học' phát tán từ nước Đức, phát hành ở nước Anh, và thử nghiệm trong nước Nga cuối thời Nga hoàng:

Quốc tế Cộng sản I (1864-1881) – Quốc tế Cộng sản II (1889-1915)

Quốc tế Cộng sản III (1919-1943) – Quốc tế Cộng sản IV (1938-1953)

LENIN

Vladimir Ilich Ulyanov (1870-1924), tức Lenin (1901-1924), tham gia nhóm Marxist lưu vong ở Đức Plekhanov, Martov, ... vào đầu thế kỷ XX, nhằm tập hợp các tô chức Marxist Nga bấy giờ rải rác khắp Đế quốc của Nga hoàng và vùng Tây Âu, thành lập đảng Xã hội Dân chủ Nga. Cho đến 1903, phe cực tả của Lenin vẫn còn là Thiểu số: Giữa Đại hội Đảng năm đó, thời may nhóm Xã hội dân chủ gốc Do thái (Bund) rút lui, Lenin mới tạm có quá bán số đại biểu mà trở thành Đa số (Bolsheviks).

Nhóm bấy giờ mới thành Thiểu số (Mensheviks) của Martov, Trotsky ... vẫn theo đường hướng xã hội chủ nghĩa của Plekhanov:

- Cách mạng Marxist ở Nga phải qua giai đoạn Cách mạng Tư sản, thành lập Cộng hòa Dân chủ, phát triển tột cùng chủ nghĩa tư bản trước đã, rồi mới đến Cách mạng Vô sản, tiến lên Cộng hòa Sô viết Xã hội chủ nghĩa;

- Không thể bỏ qua giai đoạn Phát triển Tư bản chủ nghĩa, vì không có Giai cấp Vô sản Nông nghiệp ở Nga, hoặc không thể dựa vào một số bần cố nông mà 'tiến thẳng lên xã hội xã hội chủ nghĩa'.

Trái lại, suốt trong ba năm 1896-1898 bị lưu đày ở Siberia, Lenin đã có quan điểm rằng tầng lớp nông dân Nga từ lâu vốn là 'vô sản và bán vô sản'; Riêng giới bán vô sản nông nghiệp Nga đã chiếm tới phân nửa tầng lớp nông dân, nên phải là đồng minh thiết yếu của Giai cấp Vô sản Công nghiệp bấy giờ vẫn còn cực kỳ yếu kém; Lenin không ngừng cố gắng thiết định một Đảng Cộng sản của Vô sản (công nghiệp) – tuy Liên minh với Bán vô sản (nông nghiệp), nhưng phải:

- Chuyên chính Vô sản: Loại bỏ tự do tranh luận (ngay trong đảng)

- Tập trung Dân chủ: Tiến tới độc tài đảng trị (và độc tài cá nhân)

"Đó không phải Chuyên chính *của* Vô sản, mà là Chuyên chính *trên* Vô sản *của* Độc tài, một Lãnh tụ cũng như một Nhóm Lãnh đạo". Nhóm Thiểu số của Martov đã nhận định như vậy ngay từ đầu, năm 1903).

Năm 1912, Lenin triệu tập Đại hội đảng ở Prague, dứt khoát lên án Mensheviks là nhóm Ly khai, xác định chỉ có Bolsheviks mới là Đảng Xã hội Dân chủ Nga. Mặc dầu vậy, trong Quốc tế II (1889-1915) – Quốc tế Xã hội chủ nghĩa – Đảng của Lenin cho đến 1914 vẫn chỉ là thiểu số vì chủ trương chống chiến tranh các đế quốc đang chuẩn bị ráo riết: Ngoại trừ Nga và Serbia, đa số tuyệt đối các đảng Xã hội chủ nghĩa và Xã hội dân chủ đều hỗ trợ mọi nỗ lực chiến tranh của quốc gia mình.

Thế chiến I bùng nổ tháng 8, 1914, Lenin trốn sang nước trung lập Thụy sĩ trong tháng 9 vì khá nhiều đồng chí Xã hội chủ nghĩa của ông lại quay sang ủng hộ chiến tranh. Tại đó, năm 1915, Lenin tuyên bố khai tử Quốc tế II Xã hội chủ nghĩa, kêu gọi Đình chiến Tức khắc để Thương thảo Hòa bình, và vận động tiến tới Quốc tế III Cộng sản chủ nghĩa – nhằm mục đích 'Thực thi Cách mạng Thế giới', là Cách mạng Vô sản Chuyên chính.

Tháng 3, 1917, quân đội hoàng gia Nga thảm bại trên khắp các mặt trận. Nhóm binh lính ở Petrograd hợp với đám công nhân, mặc dầu cả hai đều đói lạnh và tiều tụy vì chiến tranh, đã lật đổ Nga hoàng không mấy khó khăn: Chính phủ Lâm thời, một thỏa hiệp giữa Tư sản Thành thị với Sô viết Petrograd của nhóm Mensheviks, lên cầm quyền.

Đó là Cách mạng Tư sản Nga, tháng 3 năm 1917.

Tháng 4, 1917, Lenin cùng nhóm Bolsheviks lưu vong ở Thụy sĩ về tới Petrograd ngày 16 (Đức cho phép và giúp đỡ vì họ chống mọi nỗ lực chiến tranh của cả Nga hoàng lẫn nhóm Mensheviks). Tháng 7, bị lên án làm tay sai cho Đức, họ rút vào bí mật, hoạt động ráo riết cho tới thành công.

Đó là Cách mạng Vô sản Nga, tháng 10 năm 1917.

Vệ binh Đỏ (Red Guards) của Bolsheviks không bị kháng cự nào đáng kể khi lật đổ Chính phủ Lâm thời; Quốc hội Sô viết Toàn Nga lên nắm quyền, cử Lenin làm Chủ tịch Hội đồng Ủy viên Nhân dân Toàn Nga; Quyết nghị Thành lập Chính phủ Cộng hòa Sô viết Liên bang Xã hội chủ nghĩa Nga (Russian Soviet Federated Socialist Republic); Quyết nghị Tái lập Hòa bình với bất cứ giá nào, Lập tức rút khỏi Thế chiến I, Chấp nhận mọi điều khoản trói buộc của Đồng minh; Quyết nghị Cải cách Ruộng đất: Tịch thu ruộng đất của địa chủ Không bồi thường, Quốc hữu hóa đất đai và Công cụ sản xuất ...

Đảng Xã hội Dân chủ Nga (1898-1917) đổi thành đảng Cộng sản Nga (1918-1922), rồi đảng Cộng sản Liên sô (1923-1991); Thành lập Quốc tế III

Cộng sản chủ nghĩa vào năm 1919, và Liên hiệp các Cộng hòa Xã hội chủ nghĩa Sô viết (Union of Soviet Socialist Republics) – Liên Sô, văn kiện 1922 để áp dụng từ1923. Hai tổ chức quốc tế và khu vực vừa kể đều nhắm: 'Cổ vũ Cách mạng Vô sản Toàn cầu, Vận động Tiến lên Chủ nghĩa Xã hội'. 'Thế giới Đại đồng' hay 'Thiên đường Cộng sản' *sẽ* xóa bỏ mọi ranh giới, giai cấp, ... kể cả chủng tộc, quốc gia và chính quyền, theo một Lý thuyết nghe rất hấp dẫn. Thực tế không phải như vậy, mà là như vầy:

*Quốc tế III trực tiếp Điều hành và Kiểm soát phong trào Cộng sản trên toàn thế giới, trong vòng 4 năm đã hoàn toàn nhuộm đỏ cả Đông Âu (bành trướng hơn cả Đế quốc cũ của Nga hoàng), và

*Đúng 30 năm sau, làn sóng Đỏ tràn ngập Trung hoa Lục địa (1949). Nhưng ở Đông dương và Việt nam, Thực dân Pháp đã bảo vệ được cái *Indochine française* của họ toàn vẹn từ năm 1929, đến năm 1940 mới mất vào tay Quân phiệt Nhật.

Tháng 1, 1930, Phái viên Nguyễn Ái Quốc của Quốc tế III đến Hồng công, tập hợp 3 tổ chức đã thành hình trong năm 1929 là Đông dương Cộng sản đảng (tháng 6), An nam Cộng sản đảng (tháng 7), và Đông dương Cộng sản Liên đoàn (tháng 9-12) – khai sinh Đảng Cộng sản Việt nam, ngày 3 tháng 2, 1930, vì Đông dương Cộng sản Liên đoàn gia nhập trễ.

Trong thực tế, cái đảng Cộng sản Việt nam đó không có đánh đuổi Pháp năm 1940, cũng không có đánh thắng Nhật năm 1945; mà trên lý thuyết, dẫu ngày khai sinh là 6 tháng 1 hoặc 3 tháng 2, năm 1930, thì nó cũng đã bị một Phái viên khác của Quốc tế III là Trần Phú (mới tốt nghiệp Trường Đảng ở Liên Sô tháng 4, 1930) *sửa đổi* thành cái gọi là Đảng Cộng sản Đông dương.

Tháng 10, 1930, cũng ở Hồng công, tại Hội nghị lần thứ Nhất của Đảng Cộng sản Đông Dương, Trần Phú chủ trì việc cử Ban chấp hành Trung ương Chính thức với Tổng bí thư ... Trần Phú. Rất đúng kiểu ... cộng sản: Quốc tế Cộng sản III từ 1919, Liên Sô Cộng sản Đảng từ 1922, và v. v. ... .

Cũng là kiểu Dân chủ Xã hội chủ nghĩa của nhóm Bolsheviks của Lenin trong đảng Xã hội Dân chủ Nga, thời 1917: Lenin và Cộng sản không có dứt điểm Thời đại Phong kiến Nga. Nga hoàng Nicholas II đã bị buộc phải thoái vị, và Đại Công tước Michael đã từ bỏ cái ngai vàng hơn 300 năm của dòng họ Romanov, vào đầu tháng 3 năm 1917, cho nhóm Liên hiệp Dân chủ Tư sản và Dân chủ Xã hội Mensheviks, *trong lúc Lenin còn lưu vong tại Thụy sĩ*.

Vấn đề là thời cơ, và Thiên tài ở đây là nắm bắt đúng cơ may. Một quyết tâm sắt đá, lợi dụng mọi cơ may, và bất chấp mọi thủ đoạn vốn là căn bản để nổi lên thống trị thiên hạ. Xưa nay không có gì khác: Quốc tế Cộng sản do

Lenin thành lập năm 1919, bị Stalin giải thể năm 1943, cũng như con ghẻ của nó là đảng Cộng sản Việt nam (tháng 1 hay 2, 1930) và con đẻ của nó là đảng Cộng sản Đông dương (tháng 10, 1930) ... cho đến nay đều 'cá mè một lứa'.

STALIN

Stalin 'Thép Đã Tôi' người xứ Georgia, gốc tu xuất và bội giáo để thành cuồng tín duy vật cộng sản mà về sau có lần được Giáo hội Chính thống Nga xưng tụng là 'Cha của Chúng ta' – (ở dưới đất ... trên toàn Liên bang Sô viết):

Tham gia cánh cực tả của Lenin lúc mới thành Bolsheviks (1903), thế chỗ khi Lenin phải đào vong ra nước ngoài (1912) điều hành Bộ Chính trị Trung ương Đảng Bolshevik và bị đày đi Siberia 1913-1917; Trở về làm Chủ bút báo đảng Pravda (1917) ủng hộ Chính phủ Lâm thời (Liên hiệp Tư sản và Xã hội Menshevik sau Cách mạng tháng Ba lật đổ Nga hoàng); Lại trở cờ sang Vô sản cướp Chính quyền (Liên hiệp công-nông-binh, tháng Mười);

Dưới Lenin và chỉ sau Trotsky, Stalin nổi bật suốt Nội chiến 1918-1920 và dường như đơn phương cho lệnh tàn sát cựu Nga hoàng cùng toàn gia đang bị an trí (tại Yekaterinburg, tháng 7 năm 1918); rồi lần lượt loại trừ hết mọi 'đồng chí đối thủ' kể cả Trotsky, nắm quyền Tổng bí thư từ 1922;

Bất chấp di chúc chính trị của Lenin, Stalin lên kế vị (1924), hủy Chính sách Kinh tế mới (1928), lập Kế hoạch Quốc doanh Năm năm cho cả Công-Nông nghiệp: Quốc hữu hóa và Tập thể hóa toàn bộ ruộng đất, xí nghiệp (theo Chỉ tiêu Đảng ấn định trước cho mỗi 5 năm) – hơn 25 triệu gia đình bị lùa vô Hợp tác xã và Nông trường, khoảng 10 triệu dân chết vì chống đối hoặc đói rét.

Tháng 8, 1939, Stalin ký Thỏa ước Bất tương xâm với Hitler (tại Moscow, ngày 23), xua Hồng quân chia đất Poland (2/3), chiếm Estonia và Latvia, tấn công Lithuania và Finland; Hitler chia (1/3) Poland từ ngày 26 đến ngày 31 tháng 8: Thế chiến II bùng nổ ngay đầu tháng 9 năm 1939;

Tháng 6, 1941, Hitler xé Thỏa ước xua quân đánh Liên sô; Tháng 7, Stalin thỏa hiệp với Anh; Tháng 9, 1941, tại Moscow, Anh và Mỹ thỏa thuận giúp Liên sô quân cụ và vũ khí theo tiêu chuẩn hàng tháng: Đức tuyên chiến với Mỹ tháng 12, nhưng Liên sô cầm cự được suốt 1941-1943 và phản công hữu hiệu 1943-1945;

Tháng 11, 1943, tại Tehran, Hội nghị thượng đỉnh (Stalin, Churchill, Roosevelt) thỏa hiệp Sách lược chung chống Đức-Nhật (Phát xít Ý của Mussolini đã sụp đổ tháng 7-8): Stalin giải thể Quốc tế III trước khi đến

Tehran, và đã triệt để truy diệt hết mọi đối thủ, đặc biệt mầm mống Đệ Tứ Quốc tế là 'Trotsky và đồng bọn' từ lâu trước Thế chiến II, đưa Liên sô lên hàng các Cường quốc Đồng minh.

THÁNG TÁM 1945

Ngày 6, Mỹ ném bom nguyên tử 1 xuống Hiroshima
Ngày 8, Liên sô *tuyên chiến* với Nhật
Ngày 9, Bom nguyên tử 2 hủy diệt Nagasaki
Ngày 14, Liên sô ký Thỏa ước với Trung hoa *'cùng chống Nhật'*
Ngày 14, Nhật hoàng chính thức tuyên bố 'Đầu hàng'

Năm Cường quốc Đồng minh bấy giờ thắng trận là
    Anh và Pháp (tham chiến từ đầu, tháng 9, 1939);
    Mỹ (tham chiến sau khi Nhật đánh Pearl Harbor, Hawaii (12, 1941);
    Trung hoa Quốc gia (chiến đấu *chống xâm lược Nhật* từ 1937, chính phủ Dân quốc của Tưởng Giới Thạch sau phải *liên hiệp* với lực lượng Cộng sản của Mao Trạch Đông mới cầm cự được hơn bốn năm, cho đến cuối 1941 thì Mỹ, Anh, và Pháp bắt đầu trợ giúp như một Đồng minh, còn Liên sô *chỉ thỏa hiệp cùng chống Nhật* ngay trước lúc Nhật đầu hàng ngày 14.8. 1945);
    và Liên sô:
    *vốn là Đồng minh của Đức từ tháng 8, 1939, *trước khi khai chiến,* cho tới tháng 6, 1941, *khi bị Đức tấn công đến ngoại ô Moscow,*
    *lại là Thân hữu *Trung lập của Nhật* theo Thỏa hiệp cùng ký kết ngày 13 tháng 4, 1941, cho tới khi *tuyên chiến* ngày 8 tháng 8, 1945 –ngày thứ ba sau khi Mỹ ném bom Hiroshima– chỉ tuyên chiến và thỏa hiệp *chống Nhật,*
    *nhưng phản công, đẩy lui, và chiếm đóng tới Đông Đức, từ tháng 7, 1941, *với thỏa hiệp cùng viện trợ của Anh và Mỹ,* cho đến cuối cùng luôn.

CÁCH MẠNG TÂN HỢI 1911

Trung sơn Tôn Dật Tiên (1866-1925), sớm theo văn hóa và tín ngưỡng Anh Mỹ (1880, Hawaii), Y khoa Bác sĩ (1892, Hong kong) nhưng hoạt động mạnh về chính trị nhằm lật đổ Triều đại Nhà Thanh và đưa Trung quốc theo hướng Dân chủ Tây phương.

    Cách mạng Tân Hợi 1911 thành công từ Vũ hán vào tháng 10, họ Tôn rời Mỹ về Thượng hải nhận chức Tổng thống Lâm thời cuối tháng 12: Trung hoa Dân quốc mới lập còn quá yếu kém nên Tổng thống Lâm thời phải thỏa hiệp với Viên Thế Khải là Quyền thần của Thanh triều. Hai bên cùng ép buộc vua nhà Thanh phải thoái vị ngày 12 tháng 2, 1912; Ngày 13 họ Tôn từ chức, để ngày 14 họ Viên lên làm Đại Tổng thống. Trong đúng một năm thỏa hiệp sau đó, Tôn cho cải tổ Trung hoa Quốc dân đảng (1912-1913).

[Trung hoa Quốc dân đảng vốn là Hưng Trung hội (Hawaii, 1894), đã mở rộng thành Đồng minh hội (Tokyo, 1905), nhưng chưa được yểm trợ thiết thực nào của cả Tây phương lẫn Nhật bản]

Tháng 3, 1913, Tổng bí thư đầu tiên của Quốc dân đảng họ Tống (Sung Chiao jen) bị ám sát chết, Chủ tịch đảng, họ Tôn, phải bí mật lánh sang Nhật để hoạt động, cả quân sự ở trong nước suốt mười năm 1913-1922, lẫn ngoại giao với Liên sô từ 1919.

QUỐC TẾ III – TRUNG QUỐC (1919-1943)

Phong trào '4 tháng 5' năm 1919 ở Đại học Bắc kinh, do hai trí thức khoa bảng họ Trần (Chen Duxiu) và họ Lý (Li Dazhao) chủ xướng, thường được coi là khởi điểm của Cộng sản ở Trung quốc.

Khoa trưởng Đại học Văn khoa họ Trần (1879-1942) kêu gọi sinh viên biểu tình chống Hòa ước Versailles 1918 đã trao các lãnh địa cũ do Đức chiếm đóng cho Nhật, đòi hỏi Chính phủ Trung hoa Dân quốc thực thi chủ quyền quốc gia. Ông bị cách chức khoa trưởng và phạt giam ba tháng tù; Mãn hạn, ông bỏ đi Thượng hải tổ chức các nhóm Marxist và thành lập Đảng Cộng sản Trung quốc vào tháng *5 1920*, được cử làm Tổng bí thư Đảng như một 'Lenin của Trung quốc', mặc dầu Phái viên Grigory Voytinsky của Liên sô không đánh giá cả hai 'ông trí thức cộng sản' cao như vậy.

Tháng *7, 1921*, Đại hội I Đảng Cộng sản Trung quốc, có hai Đại biểu Quốc tế III và Mao Trạch Đông tham dự, đã quyết nghị *lại* ngày thành lập Đảng và *theo* Cộng sản Quốc tế dưới sự cố vấn và giám sát của 'Đại diện Thường trực', tên Đức là Hendricus Sneevliet và tên Quốc tế dùng ở Trung quốc là Maring. Đó là đường hướng 'cách mạng' của Thư viện trưởng kiêm Giáo sư Lịch sử Đại học Bắc kinh họ Lý (1888-1927), bấy giờ là 'thầy' của sinh viên họ Mao (1893-1976).

Tuy vậy họ Trần vẫn được lưu chức Tổng bí thư, đại biểu Đảng đi dự Đại hội IV Quốc tế Cộng sản III, tháng 11-12 năm 1922 ở Moscow. Mệnh lệnh là:

Phải *liên hiệp* với Quốc dân đảng của Tôn Dật Tiên để cùng chống Nhật;

Mao gia nhập Quốc dân đảng 1923, lãnh đạo Thành ủy Thượng hải 1924;

Trần tham gia Trung ương bộ Quốc dân đảng cũng trong năm 1924; nhưng suốt 1925-1927, ông liên tục xin Quốc tế III cho rút khỏi Quốc dân đảng mà không được.

[Stalin 'bán' ông Lý, từ tòa Đại sứ Liên sô ở Bắc kinh, cho một Lãnh chúa Mãn châu đem đi treo cổ vào năm 1927; cách chức Tổng bí thư (1927) và khai trừ (1929) ông Trần ra khỏi đảng Cộng sản Trung quốc vì tình nghi ông theo nhóm Trotskyist, Quốc tế IV]

TRUNG HOA DÂN QUỐC

Phái viên Adolf Joffe của Liên sô đến Thượng hải, tiếp xúc với Trung sơn Tôn Dật Tiên hai lần, liền trong hai năm 1922 và 1923, theo lệnh của Lenin: Lenin cho điều nghiên tình hình Trung quốc bởi vốn đã không tin tưởng cả hai trí thức khoa bảng họ Trần và họ Lý của đảng Cộng sản Trung quốc, từ 1920 và 1921. Thông cáo chung 1923 Joffe-Tôn tuyên bố:

(1) Thể chế Cộng sản hiện không thích nghi cho Trung quốc;

(2) Liên sô sẽ không có tham vọng nào ở Trung quốc;

(3) Liên sô đã từ bỏ dự định bành trướng tới Ngoại Mông.

Tháng 10 1923, Phái viên Mikhail Borodin của Quốc tế III sang thuyết phục được họ Tôn cải tổ Quốc dân đảng theo khuôn mẫu Đảng Cộng sản Liên sô, chấp nhận đảng viên Cộng sản và liên hiệp với đảng Cộng sản Trung quốc để cùng chống Nhật: Cộng sản Quốc tế và Liên sô nỗ lực giúp Quốc dân đảng củng cố thực lực, Tôn Dật Tiên xây dựng được Học viện Quân sự Hoàng Phố với Tưởng Giới Thạch làm Chỉ huy trưởng đầu tiên.

Họ Tưởng (1887-1975) này trước đã theo học và phục vụ Quân đội Hoàng gia Nhật (1907-1911), về nước theo họ Tôn lật đổ Thanh triều (1911-1912), chống đối Viên Thế Khải suốt từ đầu (1912-1916), chính thức gia nhập Quốc dân đảng năm 1918, và leo dần lên địa vị lãnh đạo: Đại diện Quốc dân đảng đi Liên sô, 1923, 'điều nghiên tình hình và tham vấn Hồng quân Liên sô' để trở về chỉ huy quân lực của đảng từ 1924, và kế vị họ Tôn từ 1925.

Năm 1927, Tưởng thanh lọc Quốc dân đảng, khai trừ hết các phần tử Cộng sản, bắt đầu loại bỏ ảnh hưởng của Quốc tế III mà theo hướng Tư bản Mỹ. Sau một năm đánh dẹp, Tưởng thâu phục hầu hết các sứ quân và lãnh chúa địa phương, lập Chính phủ Trung hoa Dân quốc mà làm Tổng thống trong cả nước (1928-1949): Không dựa vào đại đa số nông dân, cũng không tích cực chống Quân phiệt Nhật đang xâm lược; mà chủ trương 'phải tiêu diệt Cộng sản trước đã', mặc dầu có mấy năm bị buộc phải tiêu cực liên hiệp với

Cộng sản từ 1937; Lại dựa vào Mỹ và Anh mà 'cùng đại thắng Thế chiến II' năm 1945, rồi nương vào Liên sô mưu toan tiêu diệt thứ 'Cộng sản Không Chính Thống' của Trung quốc do Mao Trạch Đông lãnh đạo.

Bởi vậy, chưa tròn bốn năm sau đó đã phải rời bỏ lục địa, chạy ra đảo Đài loan, hoàn toàn theo Tư bản Mỹ. Mao Trạch Đông thành lập 'Cộng hòa Nhân dân' kiểu mẫu riêng cho Trung quốc vào năm 1949.

CỘNG HÒA NHÂN DÂN TRUNG QUỐC

Họ Mao (1893-1976) tham gia Cộng sản Trung quốc từ đầu và chấp hành tốt mọi mệnh lệnh của Quốc tế Cộng sản cho đến mùa hè 1930. Thất bại rất nặng khi xua Hồng quân Trung quốc, theo lệnh, tiến đánh mấy tỉnh thành phía Nam nhằm khởi động một cuộc 'cách mạng của giai cấp công nhân, vô sản thành thị', Mao tự ý rút tàn quân lui về các 'cứ địa nông thôn'.

Bảo tồn và gầy lại một 'lực lượng nông thôn, chuẩn bị bao vây thành thị', tháng 11, 1931, Mao lập Chính phủ 'Cộng hòa Sô viết' kiểu Trung quốc với quân số khoảng 200 000.

Hồng quân Trung quốc kiểm soát gần năm triệu nông dân và cầm cự được ba năm cho đến tháng 10, 1934: Tan rã trước Quân đội Chính qui Trung hoa Dân quốc, Mao lùi thêm một bước nữa dài và lâu hơn, nên gọi là 'trường chinh', từ 'nông thôn phía Nam lên rừng núi phía Bắc', 1934-1936.

Còn sót lại độ 8000 'quân ở rừng núi', cuối năm 1936, Mao cho 'bắt cóc và ép buộc Tưởng liên hiệp cùng chống Nhật' cho đến khi thắng trận năm 1945: Là Tưởng thắng trận Thế chiến; Và Mao thắng trận 'Rừng núi Khống chế Nông thôn'.

Khoảng một triệu Hồng quân kiểm soát hơn 90 triệu nông dân, chỉ trong vòng bốn năm 1945-1949, đã 'Bao vây và Chiếm cứ hết cả Lục địa'. Cộng sản cái kiểu này thì quả thật 'các thầy đều chạy', từ Marx và Engels cho đến Lenin và Stalin:

Không có một giai cấp công nhân bị bốc lột để làm cách mạng vô sản;

Không có một đa số 'nông dân bán vô sản' để làm 'hậu thuẫn đáng tin cậy' cho lực lượng 'binh sĩ cướp chính quyền';

Có một sự 'trấn áp tuyệt đối' không theo kiểu 'chuyên chính cộng sản', mà rập khuôn 'chuyên chế quân quyền' kiểu Tần, Kiệt, Trụ, ...

Lenin trước đã không mấy tin tưởng cái đám 'trí thức thiên cộng' ở Đại học Bắc kinh; về sau Stalin phải 'nhổ cỏ tận gốc 1927-1930', 'ép buộc tàn dư của chúng phải thỏa hiệp với Tưởng đặng chống đỡ mặt phía Đông của Liên sô 1937-1945 ... và ngăn cản Mao làm cuộc Cách mạng 1945-1949'.

"Stalin bảo chúng tôi không được gây nội chiến mà phải hợp tác với Tưởng, bằng không đất nước chúng tôi chắc bị hủy diệt ...
"Đến khi Cách mạng chúng tôi thành công, Stalin lại sợ Trung quốc sẽ là một Yugoslavia ... Và ngờ rằng tôi muốn làm một Tito khác."–Mao, 1962, bang giao Trung Sô đang căng thẳng và sẽ dẫn đến hai trận chiến biên giới, 1969.

Chính thức lên nắm toàn quyền lãnh đạo Cộng sản Trung quốc, Chủ tịch Nước kiêm Tổng bí thư Đảng, Mao Trạch Đông đã củng cố được địa vị 'bá vương' của mình, không còn sợ gì Cộng sản Liên sô như trong hai thập niên trước (huống hồ Quốc tế Cộng sản cũng vừa giải thể thành Thông tin Cộng sản trực thuộc Liên sô).

Thực ra ngay khi Thế chiến sắp kết thúc, Mao đã bắt đầu bành trướng lại cái 'thiên triều Đại Hán' trên cả vùng Đông Á, xưa kia bao gồm luôn nhiều lãnh địa rộng lớn ở Siberia và Trung Á, Mông cổ và Ngoại Mông, Tây tạng và Miến điện, Mãn châu và Triều tiên, và ... *An nam, dĩ nhiên*:

1944-1945, Hồng quân Trung quốc gồm một triệu Chính qui và hai triệu Du kích, sẵn sàng lấn đất giành dân của các vùng bị Nhật chiếm đóng; tuy có yếu thế từ tháng tám 1945 đến cuối năm 1946, nhưng trong năm 1947 đã làm chủ được cả Đông Bắc.

1947-1948, Cộng quân 'giải phóng Mãn châu quốc', rồi như 'thế chẻ tre' Nam tiến trong non một năm 1949 'giải phóng luôn cả Lục địa', chỉ dừng lại ở ranh giới Hồng công là nhượng địa cho Anh quốc, và 'tha' cho quần đảo Đài loan là 'Trung hoa Dân quốc' được Mỹ bảo hộ.

Tháng mười 1950, 'Giải phóng quân Trung quốc' tiến vào Tây tạng, đồng thời 'Chí nguyện quân Trung quốc' tràn qua bán đảo Cao ly, cũng gọi là Triều tiên, 'giải cứu chế độ Bình nhưỡng vốn thân Liên sô'.

Đó là mô hình của hai cái gọi là 'Lãnh thổ Tự trị' và 'Cộng hòa Dân chủ / Nhân dân Anh em', vẫn còn tồn tại và đến nay vừa tròn 60 tuổi.

'Trung hoa Nhân dân Cộng hòa quốc' hiện vẫn có năm cái Lãnh thổ Tự trị như Tây tạng, và ngày càng thêm 'Anh em' ở bốn phía xung quanh, như 'Cao ly Dân chủ Nhân dân Cộng hòa quốc', và một thứ 'Anh em' đặc biệt từ trước lúc khởi đầu là 'Việt nam Dân chủ Cộng hòa quốc'.

Cái Dân chủ Cộng hòa này là loại anh em độc đáo, diễn biến như vầy:

02.09.1945 – 19.12.1946	ở Hà nội,
1946 – 1954	ở các khu Kháng chiến rừng núi,

1954 – 1976   trở lại ở Hà nội,

1976 – ...   'tiến lên' Cộng hòa Xã hội Chủ nghĩa;

mà như vậy có nghĩa là 'lệch lạc' ra khỏi quỹ đạo chung 'Vệ tinh của Cộng hòa Nhân dân Trung quốc'; *dĩ nhiên* các cái hệ quả là:

'Bài học 1979',   ở biên giới phía Bắc của Việt nam,

'Bài học 1988-1989',   ở địa giới Bắc và lãnh hải Đông,

'Bài học 1999-2000',   những bài lý thuyết/thỏa hiệp 'ngầm'

'Bài học 2008-2009',   ở toàn vùng Nam hải của Trung quốc.

Tranh chấp lần này khởi từ ý đồ 'Chuyển Quỹ Đạo' của Việt nam, từ 'Tư bản Đỏ' sang 'Tư bản Toàn Cầu' – tại vì bây giờ đã hết thời 'cộng sản' lâu rồi. Trước cơn 'Khủng hoảng Tài chính', người ta dám nói 'Tranh chấp' dựa vào thế lực Mỹ; Nay đang 'Khủng hoảng Kinh tế', chưa rõ Bài học gọi thế nào và gồm những gì.

4

BẮC THUỘC
LẦN SAU CÙNG

Từ năm 1949

Trung hoa Dân quốc, 'ghế danh dự cho châu Á' giữa các Đồng minh Thắng trận năm 1945, với Ủy nhiệm giải giới quân Nhật ở Bắc Việt đã bỏ lỡ dịp may *'tái lập An nam Đô hộ phủ'*:

Tướng Lư Hán bấy giờ có 200 000 quân trong tay, khoảng một chục 'ứng viên Quốc gia' dưới trướng, và chỉ một 'ứng viên Cộng sản' ngoài cửa: tay này thay đổi quá nhiều lần cả họ tên lẫn màu sắc chính trị.

Cuối cùng sau lần sang miền Nam Trung hoa 'vận động, tranh thủ' Chính quyền Trung hoa Dân quốc và các 'tổ chức ái quốc người Việt Quốc gia' đang lưu vong ở đó, bị Tư lịnh Lưỡng Quảng của Quốc Dân đảng bắt giam 14 tháng, 1942 – 1943, được thả về nước thành ra Hồ Chí Minh tiếp tục lãnh đạo cái gọi là Việt Minh (Việt nam Độc lập Đồng minh hội do Phái viên Nguyễn Ái Quốc của Quốc tế III lập ra ngày 19.05.1941, theo Quyết định ngày 10.05.1941 của Hội nghị lần Tám đảng Cộng sản Đông dương ... thuộc Cộng sản Quốc tế, III).

Lư Hán 'nhận' cái 'Chính phủ Liên hiệp' của Việt nam Dân chủ Cộng hòa, 1945 ở Hà nội, cùng với số cống phẩm theo đúng theo thông lệ của 'Thiên triều Đại Hán'; đang khi ở trong Nam, quân Anh thỏa hiệp cho quân Pháp tái vũ trang và tái lập chế độ thuộc địa như thời trước 1945, sai cựu Quốc trưởng Bảo Đại lập cái 'Chánh phủ Quốc gia Việt nam Độc lập trong Liên bang Đông dương của Liên hiệp Pháp'.

Việt Nam Dân chủ Cộng hòa với Quốc gia Việt Nam, tuy cùng 'độc lập tự do' ở trong hai cái 'tròng' của Pháp, nhưng không thể hòa hợp được. Từ cuối năm 1946, quân Pháp kéo ra Hà nội đẩy cái Cộng hòa Dân chủ 'lên các chiến khu rừng núi'; Bấy giờ cái chiến lược 'Rừng núi khống chế nông thôn – Nông thôn bao vây thành thị' của Mao Trạch Đông, một thứ Cộng sản 'không chính thống' nếu không là 'phi-cộng-sản', đã thành công gần viên mãn, liền được 'nhập khẩu qua cửa rừng núi Bắc bộ'.

Tháng chạp 1944, đội Tuyên truyền Giải phóng quân thành hình với *'34 chiến sĩ'*, mà tháng tám 1945 họ đã 'đánh Nhật đuổi Pháp' xong rồi: *'Lần đầu tiên trong lịch sử cách mạng của các dân tộc thuộc địa và nửa thuộc địa ... một dân tộc nhược tiểu đã <u>tự giải phóng</u> khỏi ách đế quốc thực dân ... phá tan hai tầng xiềng xích nô lệ của thực dân Pháp và phát xít Nhật đồng thời lật nhào chế độ quân chủ chuyên chế tồn tại ngót ngàn năm.'*

Các tướng Lư Hán, Tiêu Văn, Hà Ứng Khâm ... của Tưởng Thống chế là phản chứng hay lắm. Tháng chạp 1946, họ phải rút lên rừng núi, mà đã tràn xuống 'bao vây đánh thắng' được đại quân Pháp tại Điện biên phủ vào đầu tháng năm, năm 1954:

Sách lược và Cố vấn của họ Mao (1944), Chí nguyện quân và Yểm trợ của Hồng quân Trung quốc (1946) ... là những 'công nợ' vẫn còn lưu ... qua các thời điểm 1944, 1949, 1954, 1963, ... và đã được bạch hóa. Nhưng người ta hầu như quên mất rằng mấy cái *Chính phủ* (Lâm thời, Liên hiệp, Kháng chiến, Đoàn kết, Thống nhất) *ra đời chưa được một nước nào trên thế giới công nhận ... Việt nam chưa được độc lập ... Việt nam chưa được thống nhất ...* cho đến năm 1950.

Cộng hòa Nhân dân Trung quốc khai mào (18.01.1950) cho mấy nước 'Xã hội chủ nghĩa, Dân chủ nhân dân' làm theo, Liên sô (30.01.1950), Bắc Triều tiên (31.01.1950), ... và như vậy, nước Việt nam Dân chủ Cộng hòa *ở Phân nửa phía Bắc – trở về thời Bắc thuộc –* chính thức được công nhận.

Trong khi đó, từ tháng sáu 1948, quân Viễn chinh Pháp đã làm ra cái Quốc gia Việt nam cho Quốc trưởng Bảo Đại ở Saigon với sự 'công nhận của các nước phương Tây', lấy danh nghĩa đó mà 'xâm chiếm' lần hồi hết các thành thị suốt từ Nam ra Bắc.

Cái gọi là Chiến tranh Việt nam Lần I thực chất diễn ra giữa 'Tư bản Tây' với 'Cộng sản Tàu', vẫn chiến lược cũ 'Rừng núi – Nông thôn – Thành thị' và vẫn kết cuộc như trước, nhưng lần 'Bao vây Điện biên 55 ngày' phải tốn gấp bội 'xương máu Việt nam' và hết sạch '300 triệu Chi viện của Liên sô'. Đế quốc Tư bản Mỹ bấy giờ 'còn đứng ngoài', vẫn lên án 'chiến tranh xâm lược thực dân', và trong thực tế đã không cứu cấp quân Viễn chinh Pháp đang hấp hối trước lúc phải đầu hàng vô điều kiện.

Thủ tướng Chu Ân Lai của Cộng hòa Nhân dân Trung quốc rất hài lòng. Từ Hội nghị Geneva 1954 về Đông dương đến Hội nghị Bandung 1955 về Á-Phi, chủ trương 'Sống chung Hòa bình' và 'Quan hệ Hữu nghị' với tất cả mọi quốc gia, dĩ nhiên với Mỹ, đã được cổ võ rộng khắp. Sự lớn mạnh nhanh chóng vượt bực của Trung quốc khiến cả Mỹ lẫn Liên sô đều 'quan ngại'.

Mỹ đối phó bằng sách lược 'bao vây' với Nam Triều tiên, Nhật bản, Đài loan, ... và làm ra cái Việt nam Cộng hòa cho Tổng thống Ngô Đình Diệm, 1956, thay Pháp trực tiếp thực hiện cái gọi là 'Thực dân Mới' ngay khi bắt đầu 'đàm phán cải thiện ngoại giao' với Trung quốc.

Liên sô cũng trong năm 1956 bắt đầu 'hạ bệ Stalin, giải thể guồng máy độc tài phe nhóm, và cảnh cáo các lãnh tụ cộng sản muốn cai trị kiểu anh hùng cá nhân': Tổng bí thư Đảng kiêm Thủ tướng Liên sô, Khrushchev ở Đại hội lần 20, thực sự khơi dậy các hiềm nghi và bất đồng vốn có *từ đầu giữa 'hai ông Stalin'*.

Ông 'Cộng sản Không chính thống' của Trung quốc bị ông kia khi còn sống chèn ép dữ lắm, cũng Hữu nghị và Hợp tác Song phương trên nguyên tắc, nhưng chỉ 'viện trợ nhỏ giọt' về vật chất và không giúp 'chí nguyện quân'. Một mình Hồng quân Trung quốc đã phải đương đầu với tất cả Liên quân của Liên Hiệp Quốc ở bán đảo Triều tiên, 1950-1953, đồng thời yểm trợ toàn bộ Giải phóng quân Việt nam ở bán đảo Đông dương.

Stalin chết năm 1953, không được thấy trận Đại thắng 1954 của Hồng quân Á châu vì đã không chịu nhìn nhận sức đột phát cuồng mãnh của 'Gió Đông', cũng không lường trước được sự tàn lụi nhanh chóng của 'Gió Tây'.

Tháng 11, 1957, Chủ tịch Mao sang Moscow tuyên bố *"Gió Đông đã lấn lướt Gió Tây"*; Tháng 7, 1960, Thủ tướng Khrushchev rút hết chuyên viên và cắt mọi viện trợ cho Trung quốc; Quan hệ Trung-Sô căng thẳng suốt 1963-1968 và bùng nổ thành *hai trận chiến biên giới 1969*: Tháng 3 dọc con sông Ussuri và tháng 8 dọc lằn ranh Tân cương. Hệ quả là Chiến tranh Việt nam Lần II, Hiệp II (1968-1975), thực chất diễn ra giữa 'hai đế quốc' Hoa kỳ với Liên sô: Những trận địa chiến qui mô lớn và mọi thứ vũ khí tối tân.

Hiệp I (1956-1968) có sự đóng góp 'miễn cưỡng và nhỏ giọt' của Trung quốc. Miễn cưỡng sau hai trận đọ sức gần như đồng thời ở cả hai mặt Bắc và Nam *'Trung quốc không thể viện trợ thêm nữa cho Việt Minh'*, Chu Ân Lai năm 1954 đã chọn 'Sống chung Hòa bình' và bắt đầu ve vãn 'Thế giới thứ Ba' từ 1955. Bị chống cự mạnh ở Tây tạng (1959) và biên giới Ấn độ (1962), lại không mấy thành công với các nước Á – Phi (1963-1964), Trung quốc kêu gọi Hoa kỳ tiếp tục 'đàm phán ngoại giao' (1968) ở Warsaw:

* 1971, Hoa kỳ không phủ quyết, Trung quốc gia nhập Tổ chức Liên Hiệp Quốc, chiếm chỗ của Trung hoa Dân quốc – 'Hội viên Sáng lập kiêm Hội viên Thường trực với Quyền phủ quyết tại Hội đồng Bảo an';

* 1972, Hoa kỳ và Trung quốc ra Tuyên cáo chung Thượng hải, coi Đài loan là 'lãnh thổ thuộc Cộng hòa Nhân dân Trung quốc';

* 1979, hai nước thiết lập 'Quan hệ Ngoại giao Đầy đủ', chấm dứt 'Sách lược Đối nghịch và Bao vây', mà 'Hợp tác Hữu nghị' với nhau cùng đối

phó Liên sô – bấy giờ đã bành trướng thế lực trở lại Bắc Hàn, Việt nam XHCN, Kampuchia (là Việt nam XHCN đã đánh chiếm Kampuchia 1978).

Hoa kỳ đã 'sa lầy' ở Việt nam Cộng hòa I, ngày càng thất bại và phải lần hồi rời bỏ Việt nam Cộng hòa II *cho Liên (bang XHCN) Sô (viết)*; và cái Liên sô này sẽ sớm 'rã đám', trả cái Việt nam XHCN lại *cho Trung quốc*.

Cuối cùng chỉ một mình Trung quốc thu hết mọi 'thắng lợi ở Việt nam' *với chỉ một lần 'chi viện nhỏ giọt'* cho Việt nam Dân Chủ Cộng Hòa vào khoảng cuối 1955 đầu 1956 (50 000 nhân sự, nhưng có cắt giảm nhiều lần). Trung quốc đã:

* Bành trướng Lãnh hải ra 12 dặm (1958), Bắc Triều tiên và VNDCCH nhận;
* Đánh chiếm nhiều đảo ở Đông hải (1974), VNCH chống cự từ Cam ranh;
* Đánh chiếm nhiều vùng đất biên giới và vịnh Bắc Việt (1979), Bài học 1;
* Tái chiếm các đảo ở Đông hải (1988), Bài học 2 cho CH XHCN Việt nam.

"Trung quốc là kẻ thù lâu đời và nguy hiểm nhất ... là bọn bá quyền xâm lược. Bè lũ tay sai của chúng tại Kampuchia là tập đoàn Pol Pot, đã có sẵn âm mưu từ trước chiến thắng ngày 17.04.1975 ... Chúng đã mở những cuộc hành quân khiêu khích, lấn chiếm lãnh thổ Việt nam dọc biên giới từ Hà tiên đến Tây ninh, ... đổ bộ lên các đảo Phú quốc (03.05), Thổ chu (10.05); từ giữa năm 1977, chúng tăng cường mở rộng chiến tranh lớn trên toàn tuyến biên giới Tây Nam ... tiến công cấp sư đoàn vào các xã biên giới tỉnh An giang; đến cuối năm 1978, chúng huy động 19 sư đoàn bộ binh có đầy đủ pháo binh và xe tăng yểm trợ, tiến công mạnh ... ."

'Đồng chí, Anh em, và Thầy lớn' của Việt nam DC CH đã thành ra 'Kẻ thù truyền kiếp (và) Bá quyền xâm lược' đối với Việt nam CH XHCN: "Từ sáng ngày 17.02.1979 chúng cho 32 sư đoàn, 550 xe tăng, ... tiến công vượt hơn nghìn cây số biên giới từ Quảng ninh đến Lai châu ...". Cái Việt nam bấy giờ (1979) viết đầy đủ là Cộng hòa *Sô viết* Xã hội Chủ nghĩa, tại vì nó đã 'Tiến nhanh, Tiến mạnh, Tiến vững chắc lên Chủ nghĩa Xã hội trong khuôn mẫu Liên bang *Sô viết*' từ 1976 trên lý thuyết.

Thực ra nó đã lần hồi rời bỏ Trung quốc khi cái Cộng hòa Nhân dân này khởi sự Sống chung Hòa bình (1955) với Mỹ (1968) và ... Liên Hiệp Quốc (1971). Cao điểm tranh chấp Việt Trung, thực chất giữa Trung quốc và Liên sô ở Việt nam, không phải là Chiến tranh Xâm lược Kampuchia của Việt nam (1978-1989) hay Bài học 17 ngày của Trung quốc (17.02 đến

05.03.1979), mà là ... cái tượng cao 5 thước của Lenin dựng lên ở Hà nội năm 1985 làm khởi điểm 'Đổi Mới 1986 Theo Liên Sô'.

Phong trào này sụp đổ và Liên sô rã đám từ năm 1989: Tháng 9 năm đó Việt nam rút khỏi Kampuchia; Tháng 8 năm sau Việt nam 'sang Trung quốc nhận tội'; Tháng giêng năm sau nữa Việt nam lại phải sang 'xin bình thường hóa ngoại giao'.

Năm 1991 như vậy là mốc khởi đầu 'thời hậu hiện đại Việt nam'. Lần 'Bắc thuộc' này đã qua mấy 'giao động hiện đại (do) từ Liên bang Sô viết', sau mấy 'bài học lớn nhỏ của thiên triều', nay sẽ theo gót 'đồng minh gần' mà 'xáp lại đồng minh xa'. Trung quốc được làm 'tối huệ quốc' của Mỹ (1991), Chủ tịch Tổng bí thư 'công du' Hoa kỳ (1997), và Cộng hòa Nhân dân được vô Tổ chức Thương mại Thế giới (2001); Việt nam cũng được 'bãi bỏ cấm vận' (1994), thiết lập quan hệ ngoại giao (1995), nâng cấp quan hệ kinh tế (1997), ... và sau hai lần 'công du' cấp Bộ trưởng (2003), Thủ tướng (2005) thì được 'viện trợ nhiều mặt' kể cả quân sự 'tự vệ' và tham dự Hội đồng Bảo an Liên Hiệp Quốc tuy chỉ như một Hội viên Không thường trực (2007).

Nhưng rồi 'kẻ thù lâu đời biến ra đồng minh gần' sớm 'tranh ăn dầu khí Biển Đông' với 'kẻ thù mới trở thành đồng minh xa': Con mồi làm sao???

Mà sự thật, dầu khí nếu có, và mấy quần đảo đang tranh chấp đó, vốn là chuyện nhỏ: Đầu mối mọi chuyện 'trên biển' nằm trong 'cảng Cam ranh'.

Căn cứ chiến lược hàng đầu Cam ranh 'khống chế được Đông hải và Bắc Thái bình dương' chính là miếng mồi lớn các cường quốc xưa nay đều dòm ngó. Hiện đại hóa ở trong tay Mỹ 1956-1972, nó ngăn cản làn sóng đỏ Trung quốc tràn xuống Nam hải 1958-1974; Sang tay Liên sô 1976-1988, nó trì hoãn việc 'lập huyện Tam sa cho tỉnh Hải nam' đến thời hậu hiện đại (2007-2008).

Hiện bây giờ, hai cái 'thỏa ước ngầm' 1999/2000 về lãnh thổ và lãnh hải đã bị bạch hóa, một thủ tướng nữa của CH XHCN Việt nam vừa mới 'công du Hoa kỳ' về, liền bãi chức mấy 'ông tướng của Trung quốc' khỏi Quân khu Thủ đô Hà nội. Người ta mong và chờ 'Mỹ bảo vệ an ninh cùng toàn vẹn lãnh thổ lãnh hải' cho Việt nam: 'Một ngày kia' nào đó, thời Hậu hậu-hiện-đại, bản đồ Việt nam *sẽ* có lại những Ải Nam quan, Trấn Đồng đăng, ... và các quần đảo Hoàng sa, Trường sa, ... ; bởi vì *"Trung quốc tới nay hay thêm vài trăm năm nữa cũng chẳng bao giờ là đối thủ của Hoa kỳ"*.

Một số khá đông ứng viên cho giải pháp này muốn vậy, họ chấp nhận cho Việt nam cái giá trước mắt là một Hợp đồng Sang nhượng Cam ranh và, sau lưng, vài *'thỏa ước ngầm'* về độc lập cùng chủ quyền quốc gia ... hầu cho

'Quốc gia Việt nam' sớm *trở thành Tiểu bang thứ Năm mươi mấy đó* của 'Hợp chủng quốc Mỹ châu *ở Viễn Đông*' – như Quốc gia Israel ở Cận Đông.

Nhưng phía 'bảo thủ' bên kia vẫn còn ... bảo thủ cái *An nam Đô hộ phủ* kiểu hiện đại tên là 'Việt nam Dân chủ Cộng hòa', mà trong thập niên cuối thế kỷ 20, cuối thiên niên kỷ 2, thời may thoát khỏi khối 'Sô viết Xã hội Chủ nghĩa' *đã tan hàng.*

Nay, cái Cộng hòa XHCN đó sắp thay lại bảng hiệu cho đúng mẫu 'Dân chủ / Nhân dân' ... là 'thế lực đang lên', từ Thế vận hội tháng 8 đến Không gian Vũ trụ tháng 9, 2008: 'Siêu Cường' Thế giới và Không gian 'thứ ba'.

Người ta chợt nhớ ra rằng cái khu vực 'Đất và Dân' khoảng một phần sáu toàn 'Địa cầu và Nhân loại' kia, từ nguyên thủy, vốn chưa từng bao giờ 'được bình định'. Thành cát Tư hãn, Alexander Đại đế, ... Đại Anh quốc, Đại Soviet Đế quốc, ... có thử cố gắng và đều đã thất bại.

Bây giờ thì Đế quốc Hoa kỳ ... *đã sa lầy ở Vùng Vịnh, Iraq, Afghanistan, ... đang gây chiến với Iran và các nước Ả rập về dầu thô, cũng như với Liên bang Nga về vụ 'lá chắn hỏa tiễn' và 'toàn vẹn Georgia', thì làm sao *sớm* qua khỏi cơn Khủng hoảng Tài chánh 2008 của tập đoàn 'Tư bản Toàn cầu' – G7 (1976, còn chống cộng sản), G8 (1997, thêm Liên bang Nga, hết cộng sản). Mở rộng thành G20, Tư bản Toàn cầu đang loay hoay trước cơn Đại Khủng hoảng Kinh tế 2009 *đã ló dạng ở chân trời.*

Nay đã là cuối thập niên đầu của thế kỷ 21, đầu thiên niên kỷ 3, thời hậu hiện đại. Việt nam mà *trở về thuở 'Bắc thuộc nguyên thủy'* thì đây là *Bắc thuộc lần cuối cùng,* hoặc *trở thành một thứ 'Quốc gia Israel ở Viễn đông'* thì cái 'Bi kịch *Việt nam*' (tính từ 1802), không kể 'Đại Bi kịch của *Dân tộc Việt*' (tính từ 1527, Nhà Hậu Lê bị dứt điểm), *hơn 200 năm đã qua còn chưa dứt!*

Phần Hai

BI KỊCH
DO THÁI

The *Hebrew* People emerged about four thousand years ago in the Ancient Near East. Their name might come from *Heber* or *Eber*, a descendant from Shem, but exclusively applied to Abraham and his descendants through Isaac and Jacob. The Hebrew term *ibri* was cognate with the Akkadian *habiru* and the Egyptian *apiru*, etymologically meaning *'from the other side'* – of the river Euphrates. Following is the biblical genealogy from Adam to Abram.

.... (The Creation)..

1. Adam	2. Seth	3. Enosh	4. Cainan	5. Mahalaleel
6. Jared	7. Enoch	8. Methuselah	9. Lamech	10. Noah

.... (The Flood)..

11. Shem	12. Arphaxad	13. Salah	14. Eber	15. Peleg
16. Reu	17. Serug	18. Nahor	19. Terah	20. Abram

.... *(The Hebrews)*..

Abram later renamed **Abraham** was from the city of Ur in Mesopotamia. The peoples there used to worship and serve many gods, Abram's father was no exception but moved somehow to leave Ur for Haran. After his father's death, Abram was called to continue going to Canaan ... but passed through-by southwards down to Egypt and sojourned there. Then, out of Egypt did Abram someway 'walk after God, from the other side of the river, back to Canaan'. There, he was made *Abraham the Father of Many Nations* – among those, only the one that sprang from the line 'Abraham-Isaac-Jacob' was called *Hebrew*. Since Jacob was renamed ***Israel***, the Hebrews of all the twelve tribes headed by his twelve sons became the *Israelites*; eventually they immigrated to Egypt and sojourned there, again and all, for so long a time as to gradually become 'slaves'.

Then **Moses** emerged as their leader, heading them out of Egypt and back to Canaan – where they established their *Israelite Kingdom*. United under the kings Saul, David, and Solomon, they prospered. Divided into the Northern ten-tribe Kingdom *(of Israel)* and the Southern two-tribe Kingdom *(of Judah)*, they fell: The Israelite North first, and the Judean South last.

The *Israelites* were dispersed and lost forever, but the *Judeans* later were allowed to return after having been nicknamed *Jews* because of their Babylonian Exile – the term persists to this very day, denoting *'the Judeans living outside Judea'*, exiles or migrants, in differentiation with the *Ancient Hebrews* and the *Israelites of old*, notwithstanding the *Israelis* (Citizens of the modern State of Israel, established May 1948).

5

TỪ ISRAELITES
ĐẾN JEWS

Vương quốc Israel	1050-922 (Thống nhất)
Vương quốc Israel	922-722 (Phân ly, Bắc)
Vương quốc Judah	922-586 (Phân ly, Nam)

Đại Việt phân tranh và nội chiến 250 năm (1527-1777) thì bắt đầu ngoại thuộc Pháp. Thêm gần 250 năm nữa, *Việt nam* lệ thuộc liên tiếp nhiều thế lực Đông, Tây, Tư bản, Cộng sản ... chưa biết cho đến bao giờ. Vương quốc *Cổ-Israel* ngày trước cũng phân tranh và nội chiến 200 năm (922-722 TCN) thì một nửa bị diệt vong; Phần còn lại cầm cự thêm gần 200 năm, rồi cũng phải *ly tán,* gọi là *Do thái,* từ năm 597 TCN ... cho đến khi Quốc gia *Israel* thành hình năm 1948 – Bấy giờ, Anh, Pháp, và Mỹ cùng thỏa hiệp, cho phép *Dân Do thái* tản lạc khắp nơi trở về đất Palestine thuộc Anh, bất chấp phản kháng của dân Ả rập tại xứ. Bởi vậy 'Bi kịch Do thái' cho đến nay thực sự vẫn chưa dứt – *2607 năm* trong số khoảng 'Bốn ngàn năm *Lịch sử*' của họ. Từ Abraham là tổ phụ của họ, cho đến hết thời Cổ đại (Trước Công Nguyên), niên biểu yếu lược chính sử Dân tộc Hebrews–Do thái như sau.

Khoảng 1800:	Abraham, tổ phụ dân *Cổ-Hebrews*
Khoảng 1250:	Moses, thủ lãnh tuyển dân *Israelites*
Khoảng 1050:	Vương quốc *Israel Thống nhất*
966:	Vua Solomon xây Đền Thánh Jerusalem I
922:	Phân ly Israel (Bắc) và Judah (Nam)
722:	Đế quốc Assyria diệt Israel, Israelites tản lạc

*597: Đế quốc Babylonia đánh Judah lần I, Lưu đày I: Thủ đô Jerusalem của Vương quốc Judah thất thủ lần thứ nhất, một phần dân Judeans bị đày đi Babylon, có một số tránh 'Lưu đày', trốn khỏi Judea và 'Ly tán khắp nơi trên đất'. Đây là những người **'Do thái / Jews'** đầu tiên, *Jeremiah* 'Di trú / Tị nạn' tới Ai cập, *Ezekiel* nổi bật trong số 'Lưu dân' ở Babylon.

*586: Đế quốc Babylonia tiêu diệt Judah, Lưu đày II: Toàn bộ Jerusalem, Đền Thánh do Vua Solomon xây, và *Nước Judah* đều bị xóa sổ. Dân Judeans, cả Lưu đày lẫn Ly tán, 'Bên ngoài Đất Judea', tăng gấp bội, và danh xưng *'Do thái'* phổ biến suốt lịch sử của họ trải các thời ngoại thuộc và ly tán tiếp theo.

*582: Judea hoàn toàn thuộc Babylonia từ lần Lưu đày III trong năm này.

*539: Judea thuộc Đế quốc Ba tư; Đại đế Cyrus ra chỉ dụ **538** cho phép Lưu dân Do thái ở Babylonia về Judea (538), Xây Đền Thánh II (520-515) và Tường thành Jerusalem (445) – Thầy Tế lễ kiêm Ký lục **Ezra** chính thức thiết định Do thái giáo (**Judaism**) trong khoảng thời gian này.

* **336**:   Judea thuộc Đế quốc Hy lạp, Đại đế Alexander

  323:        Judea thuộc Ai cập,   Dòng Ptolemies

  198:        Judea thuộc Syria,   Dòng Seleucids – Họ Hasmon (166-067)

* **67–63**:   Đế quốc La mã thôn tính xứ Judea – Nhà Herod thuộc La mã
                            (từ năm 37 TCN, Herod I: 37-04)

Do thái: Bi kịch hai ngàn năm chưa dứt là nguyên tựa một loạt bài nghiên cứu nhân dịp 'hai mươi năm thành lập nước Do thái, 1948-1968' (Nguyễn Hiến-Lê, Nguyệt san *Bách Khoa*, 1968, Sài gòn) – thêm 40 năm nữa nay đã trôi qua: Non một phần tư số dân ly tán trở về làm người Israelis (1948) mà hơn sáu mươi năm sau đa số quá bán dân Do-Thái vẫn chọn làm người Hợp chủng quốc Mỹ châu. Bi kịch của họ thực sự bắt đầu năm *597-TCN*.

Và 'Đại bi kịch' của dân tộc này chính ra phải kể từ 922-TCN, khi Vương quốc Cổ-Israel tự phân ly, *gần ba ngàn năm* trong số gần bốn ngàn năm 'Lịch sử' của họ: Mười hai bộ tộc của tuyển dân Israelites lần hồi tản lạc mất mười, rồi ly tán luôn hai bộ tộc 'còn sót lại'. *Phân tranh và Nội chiến* vốn là nguyên ủy mọi tai họa cho các dân tộc Đông, Tây, kim, cổ.

Đúng 200 năm sau khi tách ra khỏi Vương quốc, cả thể mười bộ tộc phương Bắc đã bị tiêu diệt. Sách lược xâm chiếm và cai trị các thuộc địa của Đế quốc Assyria bấy giờ hết sức tàn độc và triệt để. Họ trục xuất dân bị trị vĩnh viễn khỏi sinh quán, đày rải rác đi nhiều trú quán khác nhau và xa xôi như những đám *nô lệ mất gốc*, lại hoán chuyển lung tung sinh quán / trú quán giữa các dân nô lệ: Mười trong mười hai bộ tộc Cổ-Israel (*Israelites*) tản lạc mất luôn từ *hơn 2700 năm* trước (722-TCN).

Vương quốc Judah – Cộng đồng 'Do thái' ở Babylonia

Hai bộ tộc ở phương Nam, Judah và Benjamin, 'còn sót', ở Vương quốc Judah, (trước cũng là *Israelites*, từ đây gọi phân biệt là *Judahites* hoặc ngày càng phổ thông hơn là *Judeans*, thường bao gồm luôn số rất ít *Benjaminites*) đã đầu phục đế quốc Assyria năm 735-TCN khi bị Liên minh Chống-Assyria tấn công ba mặt: Israel, Damascus, và Edom. Từ đó, Judah là *chư hầu của Assyria*, không bị diệt như Israel (722), tồn tại thêm được hơn một trăm năm.

Vào cuối thời hưng thịnh của Assyria, 627-612, hai anh em tranh quyền làm đế vương, hai lân bang Babylonia và Medes mạnh dần lên và đe dọa Assyria ngay từ năm 626; nhân cơ hội, Judah tìm cách lấy lại độc lập, 622-612, kết minh với Babylonia chống Assyria và Egypt, nhưng thảm bại ở Megiddo và rơi vào *tròng đô hộ của Egypt* 609-605. Cuối cùng, Babylonia diệt được Assyria, đẩy lui Egypt ở Karchemish năm 605, tiến vào đất Philistia và tàn phá Ashkelon năm 604, để sẽ lần hồi chiếm trọn Judah 597-586-582.

Từ 603-TCN, Vua Jehoiakim của Judah đã đầu phục Babylonia, nhưng sau lại ngầm liên kết với Egypt (600-598) nên bị ám sát chết cuối năm 598. Tháng 3, 597-TCN, Vua Judah sau cùng là Jehoiachin, mới 18 tuổi lên ngôi ba tháng thì chính thức đầu hàng Babylonia và 'được đưa đi Babylon'. Jehoiachin ở Babylon vẫn được gọi là 'vua Judah' với 'cấp dưỡng hưu trí' đúng lệ. 'Tỉnh thành Judea' thuộc Babylonia được giao cho chú của vua là Zedekiah quản trị, như một tổng đốc ... của Đế quốc.

Zedekiah cai trị 'như vua' 597-587, không được cả Judah lẫn Babylonia tán thành; lại kết hợp Edom, Moab, Ammon, Tyre, và Sidon, định 'nổi dậy' với 'ngoại viện Egypt' (593-588): Quân Egypt lại bị đẩy lui nhanh chóng, Babylonia bao vây và tàn bạo triệt hạ cả Jerusalem lẫn Đền Thánh (587-586). Babylonia trước đã 'nới tay' phần nào (597) với Judah, dường như nhờ công đã 'phản Assyria' và 'cản Egypt': Chỉ cướp những bảo vật đáng giá, lưu đày những người có tài sức và dùng được tại Babylon, để yên lớp dân cùng khổ 'tại đất', không điều dân nô lệ từ 'đất khác' đến chiếm lãnh Judea, mà quan trọng hơn hết là đối đãi 'phải chăng' với *Toàn thể Lưu dân JEWS ở Babylon*.

Nhưng lần này (586) họ 'thẳng tay' làm 'đúng lệ': Zedekiah phải chính mắt nhìn các con mình bị xử tử, rồi bị móc mắt và xiềng xích mà lôi đi Babylon trong đám đông *lưu dân đợt II*; Đền Thánh bị san bằng, Kinh đô và phụ cận chìm trong biển lửa, các bộ tộc xung quanh như Tyre và Ammon vì tham gia nổi dậy cũng gánh chịu vạ lây. Chỉ có Edom và Benjamin nhờ sớm trở lại đầu phục Babylonia (588) nên được để yên; Gibeon, Bethel, và Mizpah là những trấn duy nhất không bị tàn phá, 'còn ở được'.

Ở Mizpah, tổng trấn mới Gedaliah được cử lên 'cai trị đất Judea của Babylonia', chẳng bao lâu bị 'dân tại đất' chống đối; họ ám sát Gedaliah và bỏ trốn tản mác, đa số xuống Egypt, bất chấp mọi khuyên can của *Tiên tri Jeremiah* – người *'Tị nạn Do thái nổi tiếng đầu tiên'* bị dân ép dẫn xuống Egypt: Babylonia xóa sổ Đất Judea, sát nhập phần lớn vào Tỉnh Samaria ở phía Bắc, 582-TCN là đợt thứ ba và *cuối* cùng họ đày dân Judeans đi Babylon. 'Bảy mươi năm Lưu đày' ở đó phải tính từ 597 (*Vua Jehoiachin, Tiên tri Ezekiel ... đi đày*) đến 526 (*Zerubbabel, cháu nội của Jehoiachin, vẫn thuộc 'Nhà David' tuy sinh tại 'Babel', đưa 42 360 lưu dân hồi hương*).

Lưu dân Do thái đã sinh sôi nẩy nở và phát triển rất phồn thịnh ở Babylonia qua hai đời. Lúc đầu chỉ có 4 600 nam đinh 'tuyển lọc' cùng với phụ nữ và trẻ em của họ, tổng cộng chưa đến 20 000 người, Babylonia không 'đày' các giới thất học, cùng khổ, ... ; thành phần 'ưu tú' nhất của Do thái mới được 'chọn': Không bị phân tán rải rác mà được định cư thành 'cộng đồng' họ tự lập ra; Được phép xây dựng nhà cửa, làm nông hay sinh sống bằng các nghề họ muốn, 'chuyên môn ưa thích' nhất của họ ngày càng lộ rõ là thương mãi, tài chánh; Đặc biệt 'gần như tự do' sinh hoạt *tinh thần* trong cộng đồng, họ lập ra một định chế hoàn toàn mới lạ, riêng 'Của Do thái'.

Synagogue là cơ sở cộng đồng gọi là *Nhà*, kiêm hết các chức năng *Cầu nguyện–Học hỏi* (về Tôn giáo), *Hội nghị–Phân xử* (về Xã hội). Định chế các *Synagogues* về sau cải tiến nhiều và phổ biến khắp 'các nước, các dân ... mọi nơi trên đất có *Lưu dân Do thái*' –từ Babylonia, Egypt ... tới Tiểu Á, Trung Đông ... Hy lạp, La mã, v. v.– thật sự gắn liền với *Bi kịch Do thái*, kể từ khi Vương quốc Judah nhận làm 'Chư hầu của Đế quốc Assyria' năm 735-TCN, để cho Assyria chiếm Damascus (732) và Israel (722), cho đến hiện nay luôn.

Đế quốc Ba tư – Cộng đồng Do thái '*trở về*'

Do thái (Jews) là 'người Judeans ở bên ngoài đất Judea', Vương quốc Judah khi *còn độc lập*, Xứ Judah khi *lệ thuộc một đế quốc*. Bi kịch của họ không phải chỉ liên miên thuộc Assyria, Egypt, Babylonia, Persia, ... cũng không phải vì sau cùng cả *nước* lẫn *đất* của họ đã bị *xóa tên*.

Ở Palestine ngày nay, Quốc gia Israel *của họ* thành hình đã hơn 60 năm mà đa số quá bán các cộng đồng Do thái 'trên đất' vẫn còn **chưa trở về** – chưa kể, mà cũng không sao kể được, những cá nhân *Jews* và một số không nhỏ người *Israelites*, cùng là hậu duệ từ dân tộc Cổ-Hebrews xưa, đã tản lạc mất luôn theo dòng lịch sử.

Persia, diễn âm quen thuộc hơn nhiều là Ba tư, một Đế quốc thời cổ đại có nhiều liên hệ sâu đậm từ ... *Abram* với dân Cổ-Hebrews (*Abraham* – **Isaac** – *Israel* ...), tổ phụ của họ là *Abram* – **Ishmael** – Nebajoth .... Persia mới chính thức đổi tên thành *Iran* từ năm 1935; nhưng Đế quốc Ba tư của họ đã trở nên hùng cường từ lúc Đại đế Cyrus sát nhập được dân Medes với dân Persians, thành Đế quốc Medo-Persia, năm 550-TCN; lần hồi khống chế Lydia, Cilicia, Sardis, ... và thu phục được tướng trấn thủ Babylon (Gobryas cũng gọi là Gubaru), 540-539: Babylonia sang tay Persia.

Cyrus được dân Babylonians đón tiếp như một 'anh hùng giải phóng' nhân từ và cởi mở: Babylon và phụ cận không bị một thiệt hại nào, các tượng thần trước bị tịch thu đem vào Babylon nay được hoàn trả cho dân địa phương, mọi tín ngưỡng đều được tôn trọng ngang nhau, đích thân Cyrus công khai dự tế lễ thần Marduk của Babylonia, Đại đế cùng đa số quần thần vốn là những Zoroastrians nhưng ông tuyên bố *"Ta, Cyrus, là Vua trên cả thế giới ... theo ý chỉ của Thần Vĩ đại Marduk ... tập trung dân của các thần để trả về cho mỗi vị ... và mọi thần đang vui vẻ ban phước cho ta."*

Chỉ dụ 538-TCN cho dân Do thái đang trong cảnh lưu đày ở Babylonia:

"Mọi vương quốc trên đất ... Thiên Chúa đã ban cho ta, Chúa sai ta xây một Đền thờ Chúa tại Jerusalem ở Judea. Ai trong các ngươi thuộc về Dân của Chúa? Hãy tiến lên ... Xin Chúa của ngươi ở cùng ngươi."

'DANH' của **'Chúa của Abraham'**, từ đây bắt đầu bị 'lấy làm chơi' khi người ta cố ý thay bằng cái 'hiệu' THE LORD / CHÚA, đặng biến Đại đế Cyrus 'của thần Marduk' thành một 'Đấng Được Xức Dầu Thánh' của CHÚA.

Đền Jerusalem Solomon xây lên là 'cho DANH của CHÚA', bây giờ
       Phải 'dựng lại' thành 'Nhà Của CHÚA',
       Và Jerusalem đổi gọi là 'CHÚA Ở ĐÂY'.

Dường như chính người ta cũng tự biết điều đó, bèn đặt ra luật 'cấm phát âm Tên Thánh'; chỉ ngoại trừ cho một mình Thầy Tế Lễ Cả, chỉ một lần mỗi năm, và chỉ ở trong Cung Cực Thánh.

Mà dường như đa số dân Do thái, cả Lưu đày lẫn Tị nạn, cũng 'cảm nhận' được như vậy, cho nên từ bấy đến giờ họ vẫn chọn *Ly hương Ngoại xứ'* – là tự nguyện, khác với buộc phải 'Ly hương' hay 'Lưu đày' tại xứ.

Năm 2005, dân số Do thái trên thế giới phỏng chừng 13 triệu, khoảng phân nửa là 6 triệu rưỡi vẫn ở Mỹ quốc, chỉ có độ 5 triệu trở về làm người Israelis. Dự phóng của *The Jewish People Policy Planning Institute* cho năm 2020 là 13.6 triệu *Jews*, mà 46% là *Israelis*.

Vấn đề không ở những con số, dù sao cũng chỉ là phỏng định; người ta đã nhận ra, duy chưa biết phải làm sao nên vẫn đành 'coi thường', như 'một sự tự nhiên': Khoảng 800,000 *American Jews* đã là *Non-Jewish* – hơn 4.5 triệu trong số 13 triệu trên thế giới *'do not identify at all with the Jewish people or view themselves as part of it'*. Sự này thật chẳng phải 'mất gốc', họ vẫn là người Do thái nhưng là *Non-Jewish Jews*; và từ này thật chẳng hề có bất cứ một ý hướng miệt thị nào.

Hồi đó, 538-TCN, Cyrus mới chiếm được hết Mesopotamia của Babylonia, nhưng phải dừng lại ở biên giới Egypt phía Nam. Để ổn định cả vùng ông rất mềm dẻo và cởi mở, hoàn toàn khác với cả Babylonia lẫn Assyria trước kia: Đất Judea cần được hồi phục, *thành một 'trái độn' của Persia*, ngăn chận và chuẩn bị đánh xuống Egypt. Sách lược này rất thành công, *xứ Judea* 'của Ba tư' liền chính thức được tái thiết năm 538 với đợt hồi hương (I) của 'Tộc trưởng Judah' tên Shesh-bazzar (Shenazzar, prince of Judah, son of Jehoiachin) và bổ sung tối đa với đợt II của Zerubbabel 'Tổng trấn xứ Judea' (526): Egypt thuộc Ba tư từ năm 525.

Mười hai năm đầu, 538-526, Do thái *trở về* một Judea hoang phế, dân cùng khổ tại xứ đã gần như kiệt quệ, không còn sức 'mừng đón' cả những người về lẫn các bảo vật xưa của Đền Thánh cũ. Họ *trở về như một cộng đồng*, tổng số gần 50 000 dân ghi trước đây là kể chung tất cả các đợt hồi hương trước sau, sớm nhất khi khởi công xây dựng Đền Thánh II, năm 520 với Zerubbabel, nhưng cũng có thể muộn đến Nehemiah năm 445. Nehemiah khởi công xây lại Tường thành Jerusalem năm 445, là Tổng trấn Judea *cuối cùng người Do thái*. Từ Bagoas, 411, về sau các Tổng trấn Judea đều là người Ba tư, tại vì Egypt nổi dậy giành lại được độc lập, 401-342.

    Nhìn chung, Cộng đồng Do thái, riêng biệt với các *Synagogues* của họ,

    *   Ngày càng khốn khổ thêm trong một *xứ Judea đã thành xa lạ*,

    *   Mà ngay từ lúc trở về *đã tranh chấp với xứ Samaria* phía Bắc.

Có người kết dân Do thái *đa số ở ngoại xứ (Diaspora)*, gần là Moab và Ammon, xa như Babylon và Elephantine (Egypt), *ly hương* bởi lý do nào chăng nữa thì cũng 'tìm sinh kế với các cơ may không còn có được' tại Judea; một khi đã ổn định hay có cơ sở vững chắc thì 'không muốn bỏ của lại đó mà hồi hương', chỉ 'sẵn lòng yểm trợ tài chánh' nhưng chẳng chịu 'đích thân trở về': Những người Do thái đã trở về, gọi là theo truyền thống hay theo 'lời tiên tri', mãi về sau vẫn cứ là *'Do thái Ly hương Tại xứ'* bởi vì *'Judah, một phần 12 của Israel'* cho đến năm 1948 chưa từng bao giờ được tái lập.

    Cộng đồng Do thái bấy giờ phải 'cạnh tranh sinh tồn' rất nghiệt ngã với dân xứ Samaria 'Tỉnh thuộc địa của Ba tư', cả với dân cùng khổ tại đất Judea 'một Khu thuộc Tỉnh Samaria'. Phía nào cũng giành chủ quyền đất đai và nhất là quyền 'Thừa kế Israel'; đất đai thì thực tế quá rõ 'thuộc về Ba tư', nhưng 'Israel' dường như phía nào cũng có phần: Phân tranh này kéo dài *mười tám năm 538-520*, Tộc trưởng Shenazzar của Judah không đặt nổi 'nền móng cho Đền Thánh II', tình hình mù mịt cho đến khi Zerubbabel 'trở về' và đặt được nền (526) rồi bốn năm sau nữa mới xây dựng Đền trong năm năm (520-515). Và 'phân tranh sau nữa' *suốt bảy mươi năm 515-445* kéo dài cho đến khi Nehemiah 'trở về cấp tốc dựng lại' Tường thành Jerusalem: Cụ thể Cách ly 'Do thái' với 'Dân ngoại'.

Zerubbabel và Nehemiah chính thức là 'Tổng trấn xứ Judea thuộc Ba tư', ngang cấp với Sanballat ở Samaria. Tộc trưởng Judah Shenazzar lúc đầu và Thầy Tế lễ kiêm Ký lục Ezra hồi sau này dường như chỉ là Phái viên của Đại đế Ba tư, đặc trách về tôn giáo cho Lưu dân Do thái tại xứ Judea cũng như khắp các vùng của Đế quốc.

'Học giả / Giáo sư' Ezra được lưu danh như một 'Moses thứ hai': Moses trước lập ra 'Độc thần giáo riêng cho Tuyển dân Israelites', Ezra nay thiết định 'Do thái giáo chung cho Lưu dân Do thái *khắp đất* và cả *mọi dân mọi nước*' – hết thảy cùng *'đổ xô về Thành Thánh Jerusalem, dắt dìu nhau đến Đền Thánh mà cầu xin CHÚA ban ơn ... đông đảo các dân tộc từ khắp nơi ... nhiều đất nước thật hùng mạnh ...'*.

Không có một phép lạ kiểu Moses nào cho Ezra. Nhưng mấy truyền thống 'thời điểm trở về: 538, 458, 428, 398' đã trở nên huyền thoại về một Ezra thần bí *'đi đi lại lại nhiều lần khắp đất'*. Và điểm 'nghịch lý cơ bản' của 'Tôn giáo Ezra cho Do thái' sẽ dẫn tới cái 'Thảm kịch Do thái' nay vẫn còn chưa dứt: Dựa quyền lực Thế tục (Đế quốc); Vừa thanh lọc Do thái (Thuần khiết, Cách ly); Vừa quảng bá Thần quyền (Thiên đường ... Toàn cầu).

Xưa kia, 'Tôn giáo Moses cho Israelites' không dùng quyền lực thế tục, mà chống lại mọi 'quyền thế' và 'năng lực', khi dẫn dắt Tuyển dân này khỏi ách nô lệ của Đế quốc Egypt; nhưng cái phép lạ này cũng đã giáng một thứ *'thảm họa diệt chủng'* trên các dân tại xứ ở vùng Cận Đông thời cổ đại, nhất là đã không bảo đảm được sự *'toàn vẹn và trường tồn của Israelites'* – như một Tuyển dân trong một Vương quốc, với một 'Kinh đô và Đền Thánh'.

Bây giờ, tường thành Jerusalem đã được 'xây lại không còn nơi nào hư hỏng nữa', 'thành thì rộng lớn mà dân cư thưa thớt'.

Nhưng nơi hư hỏng không phải ở tường thành, hay là đền thờ; Thành xưa kia là Kinh đô của Vương quốc, nay không còn vương quốc thì làm sao thành không hoang phế; Đền xưa kia để Tôn vinh Danh YHVH mà nay không còn được 'nói' nữa, thì đến đó tế lễ một 'thần' hay 'thánh' nào đó – Marduk của Babylon, Ahura-Mazda của Ba tư, hoặc Zeus của Hy lạp ... hay sao?

Bởi vì, theo dòng lịch sử, Zeus đã thế chỗ Marduk ở Judea năm 332-TCN, chỉ một thế kỷ sau khi Jerusalem với Đền Thánh tái thiết xong.

Danh YHVH đã lâu không còn được tôn vinh ở đó: Không phải chỉ đa số Do thái, mà toàn bộ Ly dân rồi sẽ bị 'cấm bước vào Thành' – là thành *Aelia Capitolina*, không còn Jerusalem cũng không có Đền ... *ở đất Syria Palestina*.

6

LY DÂN DO THÁI
DO THÁI GIÁO

Thuộc Đế quốc Babylonia	597-539
Thuộc Đế quốc Persia (Ba Tư)	539-336
Thuộc Đế quốc Greece (Hy Lạp)	336-067
Thuộc Đế quốc Roma (La mã)	67 / TCN
Bị trục xuất khỏi Palestine	135 / CN

Đế quốc Hy lạp – Cộng đồng Do thái ở Alexandria

Alexander người Macedon nổi lên làm chủ cả nước Hy lạp (336), chiếm vùng Tiểu Á (334), đánh tan đại quân Ba tư (333) mà xưng Đại đế (332); Judea thần phục chủ mới ngay trong năm, giúp Đại đế Alexander xuống chiếm Egypt dễ dàng ngay cuối năm, Alexandria ở Egypt là Thành đầu tiên trong những Alexandrias sẽ được thiết lập khắp Đế quốc Hy lạp. Cộng đồng Do thái tại xứ Judea đã được 'tự trị tôn giáo' trong 200 năm 'thuộc Ba tư', 538-332. Giới 'Quý tộc các Thầy Tế lễ' đã ổn định được Do thái giáo ở Đền Thánh theo khuôn khổ 'Ezra và môn hộ' từ 458, tự giam mình trong Thành Thánh hoàn toàn cách ly 'Xứ Ngoại Samaria với Kinh văn và Đền Gerizim của riêng họ'.

Bản thân Đại đế Alexander vốn không lưu tâm mấy chuyện tôn giáo, năm 332 đi ngang qua Samaria và Judea không thấy chướng ngại nào thì để yên, xuống giải phóng Egypt và lập Thành Alexandria 'đầu tiên cho một đế quốc mới' – quân sự, chính trị, kinh tế, *văn hóa ... Hy lạp*. 'Trung tâm Lớn nhất' này tồn tại suốt từ 332-TCN đến 642-CN.

Văn minh Hy lạp ngự trị luôn cả Đế quốc La mã đến sau, và Alexandria từ đầu đã là *'Trung tâm Do thái Ngoại xứ'* quan trọng nhất, sẽ là mẫu mực cho mọi *Cộng đồng Do thái Khắp đất*.

     * Không còn đền thờ và tế lễ: Các Synagogues đủ rồi,

     * Không còn các ký lục: Học giả / Giáo sư tốt hơn nhiều.

Ezra lập các Synagogues vốn cho những cộng đồng ngoại xứ, trước ở Babylonia sau du nhập về Judea *một số ít*, đa số vẫn tồn tại bên ngoài – như ở Egypt chẳng hạn: Cộng đồng Do thái Alexandria ngày càng phồn thịnh, ảnh hưởng Hy lạp ngày càng sâu đậm. Từ trước thời Đại đế Alexander, ngôn ngữ và văn tự Hy lạp đã lần hồi đi vào đời sống và tư tưởng của *Lưu dân* Do thái.

Khi Alexandria trở thành Kinh đô Egypt (năm 323, Phó vương Ptolemy I chiếm lấy Egypt, Alexander vừa chết bệnh tại Babylon), một số đông Do thái *Tại xứ (Judea)* 'lưu vong' đến thêm. Ở đây, ngôn ngữ và văn tự Hy lạp gần như thay thế hẳn tiếng Hebrew và Aramaic khi *Bảy mươi Học giả Do thái*, hậu duệ của Ezra, chuyển dịch những Kinh văn của họ thành bản

Septuagint. Căn bản 'Năm Sách Đầu' hoàn tất vào giữa thế kỷ 3, gọi là *Pentateuch*; phần còn lại trong thế kỷ 2, đương thời với *Torah của Samaria*.

Dòng Ptolemies truyền được năm đời ở Egypt (323-181), từ kinh đô Alexandria họ cai trị các xứ thuộc địa như Judea theo hướng 'Tôn vinh Hy lạp' của Alexander, nhưng còn chút ít 'tự trị tôn giáo tại xứ'.

Trái với Dòng Seleucids đương thời ở Babylonia, chuyển kinh đô từ Babylon đến Antioch (Syria) năm 312, cũng 'Tôn vinh Hy lạp' nhưng lần hồi triệt để hướng mọi tôn giáo tại xứ thành Hy lạp luôn: Chúa 'tại đất Judea' phải coi như một 'hóa thân của Zeus'. Antiochus IV (175-163) sau cùng tự xưng *Epiphanes*, hàm ý chính mình cũng là một hóa thân của Thần / Chúa.

Họ Hasmon – Những 'Cái Búa'

Antiochus Epiphanes chịu nhiều áp lực nặng nề của Đế quốc La mã đang lên, cần nhiều tiền để triều cống hằng năm vì Antiochus III đã thua trận (190), bèn bốc lột Đền Thánh và bán các chức vị Tế lễ.

Nhiều ứng viên làm Thầy Tế lễ Cả tranh nhau đấu giá, có người còn cam kết trung thành thực hiện 'Hy lạp hóa' xứ Judea – Thành, Đền, và cả *Do thái giáo tại đó*: Không còn được 'tự trị tôn giáo', từ đây Cộng đồng Do thái xuống cấp '*Lưu đày tại xứ*'.

Zeus và các thần Hy lạp khác cùng được 'tế lễ', song song chớ chưa cần diệt trừ Do thái giáo, một số không nhỏ 'Do thái Lưu đày Tại xứ' thỏa hiệp cho đến khi có *ba* Thầy Tế lễ Cả đánh giết nhau (Onias, Jason, Menelaus). Nhân cơ hội, Antiochus Epiphanes công khai cướp phá Đền Thánh (169), cấm đoán Do thái giáo và giết hại giáo đồ (168), dùng lính đánh thuê trấn áp dân và xây đồn lũy chế ngự Jerusalem (167), để sau cùng sai dựng 'Bàn thờ Zeus trong Đền Thánh' và dâng cúng 'đồ ô uế' trên đó.

Mattathias Hasmon người làng Modein xứ Lydda, vốn dòng Tế lễ xưa, với cả năm con trai cùng dân làng đứng lên chống cự; Con thứ ba Judas nổi bật với hỗn danh *Maccabeus*, nghĩa là 'Cái Búa': Dòng Hasmoneans này cũng gọi là Maccabeans. Judas Maccabeus thắng phó tướng của Antiochus Epiphanes liên tiếp nhiều trận liền trong ba năm đầu, 166-164, phần lớn là vì Đại quân Antioch phải theo Antiochus đi đánh dẹp dân Parthians nơi khác (Đế quốc của dòng Seleucids này đã bành trướng quá rộng, nhiều lần đánh cả xuống Egypt của Ptolemies, từ năm 198 đã chiếm lại được Judea và Phoenicia). Cuối năm 164, 'cuộc nổi dậy Maccabean' thành công, Judas Maccabeus 'giải phóng' Jerusalem và 'tẩy uế' Đền Thánh: Lễ *Hanukkah* tái dâng hiến Đền liền được cử hành trọng thể – và tưởng niệm hàng năm từ bấy đến giờ như một dấu hiệu 'Tự trị Tôn giáo'.

Nhưng một 'Judea Độc lập' thì chưa có: Đa số dân Do thái bấy giờ thỏa mãn được tự trị Do thái giáo; Khi Antiochus cho đại quân đến, Judas tử trận và Jonathan lên làm 'Chỉ huy trưởng' được ít lâu.

Sau cùng 'Cái Búa' Simon tự thành lập 'Nhà Hasmoneans' cha truyền con nối. (Hyrcanus là con, Aristobulus và Jannaeus là cháu, Aristobulus II và Jannaeus II là chắt)

Nhà Hasmonians

Do thái Tại xứ coi những chuyện 'nhà họ Hasmon', vốn chẳng thuộc Dòng David, không liên quan gì tới Do thái giáo:

     *Hyrcanus trước theo nhóm *Hasidim* Do thái, sau qua phe *Thân Hy lạp*

     *Aristobulus tự xưng *Vua xứ Judea*, dựa vào phe Hy lạp (Sadducees)

     *Jannaeus lấy vợ góa của Ariatobulus (Salome Alexandra), theo Hy lạp

     *Salome *trở lại Hasidim* (Pharisees), bách hại Sadducees

     *Aristobulus II và Jannaeus II, cùng là con của Salome, gây 'nội chiến'.

Có một học giả / sử gia người Do thái, thời kỳ đầu Đế quốc La mã, dựng thuyết rằng 'Nhà Hasmoneans được *Rome, 161-BC,* công nhận Quyền Cai trị *Judea như một Quốc gia Độc lập*; rồi năm *142-BC*, Dòng Seleucids ở Antioch cũng cho *Simon Maccabee được cha truyền con nối mà cai quản Xứ Judea.* Nhưng thực tế không phải vậy: Nhà Hasmoneans 'làm mưa làm gió' được đúng 100 năm, 163-063, là vào khoảng cuối thời suy tàn của Đế quốc Hy lạp cũng là khoảng đầu thời chưa hưng thịnh của Đế quốc La mã. Danh tướng Pompey đang ở Cận Đông khi Nội chiến giữa hai anh em cùng một mẹ (Aristobulus II và Jannaeus II) đã tàn hại đất nước Judea đến cùng cực: Quân La mã (67) vây hãm Thành Thánh, và Pompey vào tận Đền Thánh.

Thực ra, năm 63-TCN La mã còn đang tranh chấp giữa các sứ quân, Julius Caesar tại Kinh thành Rome, nhưng Pompey mạnh nhất ở bên ngoài; Carthage, Syria, Macedonia, Egypt ... đã khuất phục, nhưng Antioch vẫn cầm cự. Năm 44, Julius Caesar bị ám sát, cháu là Octavian còn phải dẹp mấy sứ quân nữa, đến năm 31 mới yên và chính thức lên ngôi Đại đế Caesar Augustus (27-TCN đến 14-CN). Như vậy, Pompey chiếm Judea làm 'thuộc địa'; Không thể có một *quốc gia độc lập* hay một *xứ tự trị* nào ở đó.

Herod 'vĩ đại', Solomon 'nghịch đảo'

Herod (73-04) người gốc Edom lai Ả rập. Cha là Antipater trước đã cải sang đạo Do thái và di trú tới Judea theo Phái *Thân Hy lạp*, sau đầu phục La mã *theo Pompey* (63) và được Julius Caesar cho làm *Tổng trấn Judea* (47) với *Quốc tịch La mã*. Liền trong năm, Herod *người La mã* được đi 'Trấn thủ Galilee', rồi có nhiều dịp 'liên hệ' với Kinh thành Rome.

Nhờ các 'liên hệ tốt', Herod được Thượng viện La mã cử làm *Vua Judea* năm 37-TCN, một xứ 'chư hầu' của Rome trước khi Octavian lên ngôi Đại đế La mã, Caesar Augustus, năm 27-TCN.

Cắt đứt mọi liên hệ với 'Nhà Hasmoneans', 'Vua Herod của Xứ Judea' ban phát nhiều ân huệ cho các Cộng đồng Do thái, *Ngoại xứ (Ly hương) và Tại xứ (Lưu đày)*. Ly hương để được 'tự trị tôn giáo', Lưu đày Tại xứ vì ở đây phải chịu đựng một dạng Do thái giáo ngày càng 'La mã hóa' – dạng trước là 'Hy lạp hóa'.

Đế quốc La mã thành hình được trăm năm thì đủ sức biến Do thái cả Tại xứ lẫn Ngoại xứ thành Lưu đày: Trục xuất Do thái, Xóa sổ Judea – từ *Palestine* đến cùng khắp Đế quốc họ không còn chỗ 'tự trị tôn giáo'.

Có truyền thuyết kể Herod 'vĩ đại' như một 'Solomon thứ hai'. *Herodes Magnus* vào khoảng năm 22-TCN thật sự đã phá hủy tận nền móng Đền Thánh II do Zerubbabel xây, chuẩn bị suốt mười năm sau đó nhằm 'dựng lên một Đền vĩ đại và tráng lệ hơn cả Đền của Solomon ... *trong 46 năm*'.

Nhưng Đền của Herod không được Chính thống Do thái giáo công nhận là 'Thánh', mà về sau dường như 'còn đang trang trí mặt ngoài' thì đã bị ... *Jesus người Nazareth* 'báo tử'.

Ngoài việc xây dựng Đền này, cùng nhiều 'đền khác' cho các 'thần' Hy lạp và La mã, điển hình là 'Đền thờ Apollo' trên đảo Rhodes, Herod là nghịch đảo của Solomon từ gốc gác. Trước khi chết Herod còn 'để đời' cái lệnh truy tầm để tận diệt 'chồi móng Nhà David' có thể sót lại đâu đó trong cái gọi là 'đế quốc' của ông.

Đó là một 'đế quốc trong Đế quốc'. Người ta 'quên' Herod đã là công dân La mã từ 47-TCN, về sau vẫn cứ là 'bạn thân của bất cứ ai quyền to thế mạnh tại Rome'; từ Mark Antony và Octavian là hai đối thủ, tới Augustus và Marcus Agrippa là vua và tôi; cho đến khi bị thất sủng ... và chết.

Và người ta 'thấy' rằng bản chất mọi chống đối của Do thái sau này với La mã vốn là để phản kháng ... Hy lạp – là *Văn hóa Hy lạp* đã 'xâm lăng và đô hộ' La mã.

Sau Herod, con và cháu ông đều 'không nên thân', lần lượt bị 'thất sủng', và La mã trực tiếp cử Tổng trấn cai trị Judea, không cần văn hóa nào:

* Archelaus bị La mã phế 04-TCN, đày 06-CN: Judas người Galilee nổi loạn;
* Agrippa (I), 37/41 – 44-CN, chết: La mã cai trị trực tiếp, Theudas bạo động.

Đúng khoảng giữa hai biến động *nhỏ* đó, Jesus người Nazareth xuất hiện.

Jesus người Nazareth

* Vốn là Do thái chính gốc tên *Yeh-shuah* … cho đến 'chết và chôn',
* Trở nên Đấng 'được xức dầu thánh' *Mah-shiach* ... khi 'phục sinh'.

Sinh vào cuối đời Herod, 06 – 05-TCN, chết vào cuối đời Antipas là con của Herod, khoảng 30-CN, Jesus người Nazareth trở thành *Đấng Christ* từ khi 'sống lại và sống đời đời' trong một tôn giáo.

Christ Jesus 'không còn là người Do thái nữa': *Christos* (Hy lạp) rồi *Christus* (La tinh); về sau diễn âm thành Ki-tô (Công giáo), rồi Cơ-đốc (Tin lành); là 'Thiên-Chúa, hay Đức Chúa Trời, nhập thể và nhập thế Làm Người đặng Cứu rỗi Thế gian'.

Chúa Cứu Thế này là *Non-Jewish Jew* nổi danh đầu tiên qua các bản văn Hy lạp, sau phiên dịch ra La tinh, của một số *Non-Jewish Jews* – quan trọng nhất là Paul (*Saul*) và John (*Yohanan*). Họ vẫn là người Do thái vì gốc gác Do thái bởi *mẹ* của họ không thể thay đổi được; nhưng họ đã *trở nên Non-Jewish khi ra khỏi Do thái giáo.*

Thời 'Trước Công nguyên, TCN' chuyển sang thời 'Công nguyên, CN' không có 'Năm 0', được Giáo hoàng John I cho lập ra năm 525-CN nhằm đặt ngày 1 tháng 1 năm 1-CN vào đúng *'Ngày Rửa tội Jesus thành ra Christ'*. Tu sĩ / Học giả Dionysius Exiguus tính toán ra Ngày Sinh của Jesus là 25 tháng 12, *Năm 753 theo Lịch Roman* (kể từ Năm 1 thành Rome được xây dựng): Có một nhầm lẫn ở *Năm 1-AD* (của Chúa, anno Domini) khiến cho Jesus phải sinh ra *'trong khoảng từ 6 đến 4 năm Trước Christ'*.

Ngay trong năm *4-TCN* 'Vua xứ Judea', Archelaus, là *con thừa kế* của Herod bị La mã lột bỏ vương tước, chỉ còn cai trị như một trấn thủ cho đến năm *6-CN* thì bị phế và đày đi xứ Gaul. Đương thời, 'Trấn thủ Galilee, 04-TCN – 37-CN', Antipas, là *con bị phế* của Herod lại được La mã trọng dụng; từ *6-CN* còn được tàn dư của phái Herodians ủng hộ, phái này vốn theo Herod 'kiếm ăn' từ đầu, thường phò trợ người mạnh nhất 'Nhà Herod' liên hệ với Thẩm quyền Đền Thánh là phái Sadduccees 'về tài chính'.

Antipas về sau sát hại John 'Baptist', nhưng không xét xử Jesus 'Christ' (mà giao lại cho Tổng trấn Judea, Pontius Pilate, 'đóng đinh'), trước khi bị La mã phế và đày đi Gaul (37) rồi chết tại đó (39). La mã thay thế Antipas ở Galilee với Agrippa (I), là *cháu bị phế* của Herod, đã lưu vong *từ nhỏ* tại Rome, rồi nâng cấp lên 'Vua xứ Judea' (41): Trước khi chết sớm (44), Agrippa này còn mạnh dạn dựa thế La mã, hỗ trợ Chính thống Do thái giáo, bắt giam Peter 'Tông đồ' và sát hại James 'Zebedee, Tông đồ'.

Bấy giờ, cả Phái Herodians lẫn 'Phong trào Jesus', vốn đối nghịch nhau, đã suy yếu; La mã lấy cớ con của Agrippa (I) mới 17 tuổi không cho làm vua: Theudas nổi lên với khoảng 400 người ủng hộ, dường như muốn làm Vua và Đấng Cứu, *Messianic King*; Đấng này bị dẹp tan quá nhanh nên không được biết rõ có thuộc dòng dõi Nhà David chăng (năm 44-CN).

Từ đầu Công Nguyên, đã có một số Do thái tại xứ nổi lên muốn làm Đấng Cứu nhưng không người nào được công nhận là dòng dõi Nhà David, điều kiện tiên quyết để làm 'Vua *Judah*' –Judah, một quốc gia.

Vào khoảng 30-CN, Jesus người Nazareth bị đóng đinh với tội danh 'Vua của dân *Do thái*', King of the *Jews*. Đế quốc La mã từng chấp nhận các 'Vua xứ Judea' –Judea, một xứ thuộc địa; Herod 'Vĩ đại', Herod Archelaus, và Herod Agrippa.

Thời này phỏng định có từ 6 đến 8 triệu *Do thái Ngoại xứ, Diaspora Jews*, và non 2 triệu *Do thái Tại xứ* (Judea), kể cả Chính gốc lẫn Nhập đạo các loại (tự nguyện và cưỡng bách).

Đóng đinh cho đến chết là hình phạt đúng theo Luật La mã bấy giờ cho mọi người 'chống đối La mã'. Luật Do thái giáo không có hình phạt như vậy, nặng nhất là 'ném đá cho đến chết'; nhưng Đại Công hội Do thái ở Jerusalem bấy giờ chỉ *xét* Jesus về việc 'phạm thánh', không *xử* tội 'phạm luật': Họ đẩy Jesus qua cho Tổng trấn La mã Pontius Pilate ở Caesarea, và kéo theo làm áp lực vụ đóng đinh – là áp lực từ hai phái Sadducees, Herodians.

Trong thực tế, cả hai phái đều *không còn* quyền lực nào từ năm 6-CN, Tổng trấn La mã trực tiếp cai trị ở Caesarea và cắt cử Chức sắc cho Đền Jerusalem (Vua Agrippa I 'nhà Herod' làm bình phong cho La mã chỉ trong mấy năm 41-44).

'Chiến tranh Do thái'

Joseph ben Matthias ở Jerusalem (37-100) và người đương thời *Herod Agrippa II* ở ngoại xứ (27-93) là hai chứng nhân quan trọng về việc La mã xóa sổ Judea, hiệp đầu 66-70, xét theo quan điểm ... La mã.

Agrippa II là con 'Vua Agrippa' mà La mã không cho thừa kế (44), bốn năm sau mới được ban quyền 'tự trị Đền Jerusalem' (48), nhưng phải đi trấn thủ các 'xứ thuộc địa khác' bên ngoài Judea (từ năm 50).

Còn Joseph thì tự kể mình thuộc dòng 'Quý tộc Tế lễ *Sadducees*', theo nhóm 'Khổ tu' và học hỏi phái 'Ký lục *Pharisees*', không chủ trương 'quốc gia quá khích và bạo lực' như nhóm *Zealots* của 'Judas người Galilee'; năm 64, xoay sở đủ mọi cách để được đi Rome 'hòa giải' với La mã.

Nhưng *tại xứ*, sau vụ đóng đinh 'Jesus, *Vua Do thái*', nhóm Zealots ngày càng mạnh lên, họ cực đoan chống lại La mã và sát hại cả những phần tử 'Do thái Thỏa hiệp', bất chấp Herodians hay là Sadducees; bây giờ họ thực sự chiến đấu cho một 'Judah độc lập' *trước* cả một 'Judaism tự trị'. Trước kia, những 'Cái Búa' họ Hasmon đã bằng lòng khi được 'tự trị tôn giáo' vào cuối thời lệ thuộc Hy lạp. Bây giờ là những *'Dao găm'* –Sicarii, Dagger Men– Zealots sẵn sàng chết cho 'độc lập quốc gia', và họ đã chết đúng như vậy suốt hai cuộc 'khởi nghĩa' 66-70 và 132-135 mà hệ quả là cả *thành Jerusalem* lẫn *xứ Judea* đều bị xóa sổ.

Năm 66-CN, Tổng trấn Gessius Florus bênh vực đạo quân trấn thủ phần lớn gồm 'lính đánh thuê gốc Hy lạp', nhất quyết đòi thu ngay tiền thuế hàng năm từ Đền Jerusalem, cho lệnh 'tàn sát Do thái' khắp Caesarea là thủ phủ của xứ Judea (từ 6-CN): Nhóm Zealots liền nổi dậy chiếm Jerusalem. Bấy giờ, Agrippa II đang trấn thủ Galilee, có cố gắng dàn xếp mà không thuyết phục được nhóm nổi dậy: Họ tàn sát lại quân trấn thủ La mã, và làm chủ tình hình tới năm 67 khi đại quân của Vespasian đến. La mã lần hồi bình định được Judea, và hủy phá luôn Đền Jerusalem năm 70. Hầu hết giới Quý tộc và Thầy Tế lễ bị giải đi Rome như tù binh và nô lệ, nhưng Agrippa II cộng tác với Titus từ đầu, được trọng thưởng và sống bình yên đến năm 93 ở ngoại xứ.

Trong khi đó, sau hai năm cố gắng hòa giải không thành, Joseph rời Rome về tới Jerusalem ngay trước cuộc 'tổng khởi nghĩa chống La mã', nhóm Zealots huy động Do thái tại xứ đánh đuổi quân trấn thủ và thành lập 'chính quyền cách mạng' ở Jerusalem. Cùng với một số Thầy Tế lễ *khác*, ông có khuyến cáo 'hòa giải' mà không thành, còn *bị cử làm chỉ huy trưởng* (tướng lãnh) đoàn quân ở Galilee, tại đây ông bị John người Giscala ngăn cản nên *vẫn không hòa giải được*, đành phải tổ chức *phòng thủ* mặt bắc chiến trường. Mùa xuân 67, đại quân của Tướng Vespasian tấn công tới Galilee, ông cầm cự được 47 ngày tại chiến lũy Jotapata, sau đó cùng 40 chiến sĩ ông phải ẩn náu trong một hang động. Ở đây họ quyết định tự sát tập thể chớ không đầu hàng, ông thuyết phục họ thay vì tự sát thì bốc thăm người này 'giải phóng' người kia lần lượt cho đến hết, sau cùng ông thuyết phục người cuối (và ông) đầu hàng. Quân La mã xiềng ông dẫn tới Vespasian, ông liền 'nói tiên tri' rằng Vespasian sắp lên ngôi Đại đế La mã. Ông bị giam trong trại quân 2 năm, chờ Lời tiên tri ứng nghiệm: Năm 68 Nero (Claudius) chết, năm 69 Vespasian (Flavius) lên thay, và Josephus được tự do, *thành ra Flavius Josephus*. Năm 70, ông theo đại quân của Titus (Vespasianus) là con và thừa kế Vespasian vây đánh Jerusalem, vẫn không làm được gì để cứu Jerusalem và Judea.

Ông trở lại Rome và được bảo trợ ở luôn tại đó như một công dân La mã, viết *History of the Jewish War* (79), *Antiquities of the Jews* (93), và *Against the Greeks* trước khi chết khoảng 100-CN.

Cả hai người, Agrippa II và Josephus, đều qua đời trong cảnh *Ly hương*: Họ không sao ngờ được rằng ngay thế hệ kế tiếp của họ sẽ bị *trục xuất hết* ra khỏi xứ, sau hiệp hai của cái gọi là 'Chiến tranh Do thái'.

Judea và Jerusalem đã khuất phục năm 70 trước Titus Vespasianus, ổ kháng cự sau cùng ở lũy Masada bị Flavius Silva hủy diệt 72-73; nhưng mà Đại đế Hadrian Traianus, khi muốn cấm Do thái 'cắt bì' để lập đền thờ Jupiter, vẫn còn phải đương đầu với 'cuộc khởi nghĩa 132-135' của Simon bar Kokhba: Mười *Rabbis* hàng đầu của Do thái, nổi bật là Học giả / Giáo sư Akiba, bị sát hại; hơn nửa triệu chiến sĩ Do thái hy sinh, số tù binh và dân chúng bị bắt đi đày hay bán làm nô lệ thì không đếm được; xứ Judea phải đổi tên là *(Syria-) Palaestina*, và thành Jerusalem trở nên *Aelia Capitolina* mà 'Do thái không được vào' –lệnh cấm này mãi đến giữa thế kỷ 4-CN Đại đế Julian Claudius mới bãi bỏ cho.

Hiện tượng La mã hóa

Nhiều người vẫn tưởng rằng triết lý và văn hóa Hy lạp *đô hộ* La mã (Hellenization), cũng mong ước Do thái giáo *xâm nhập* cả Hy lạp lẫn La mã đặng *lan rộng* ra khắp đất (Globalization). Nhưng trong thực tế, lịch sử cho thấy Do thái giáo đã bị *Hy lạp hóa* ở Alexandria, và văn hóa Hy lạp sắp bị *La mã hóa*. Kỷ thuật chiến tranh và Văn minh thực dụng của La mã không được 'chớp nhoáng kiểu Alexander', nó chậm mà chắc ... và bền nữa: Đế quốc La mã phải mất hơn 300 năm mới *La mã hóa* được 'tất cả mọi sự' (Romanization), dĩ nhiên mấy thứ 'bèo bọt đã nổi hết cả lên mặt nước' thì tự mình 'biến thành La mã' ngay trước lúc ... Pompey tiến vào xứ Judea.

La mã và Công giáo

Đế quốc La mã chọn lọc người cai trị Do thái rất cẩn thận, thường phải lớn lên và được đào tạo ở Rome, là công dân La mã thì càng tốt, ít nhất cũng bảo đảm có sự trung thành 'cai trị dân tại xứ trong cái *Pax Romana*' và thu thuế cho Rome 'thật nhiều và nhanh chóng'. Rome bản chất là một 'kinh thành hưởng thụ' chẳng có sản xuất được gì cả ngoài 'những nhà cai trị dưới bóng *Nữ thần Hòa bình Roma*' mà Caesar Augustus tạc tượng cho ngự trị Senate. Samaritan hay Idumean cũng không sao nếu chịu La mã hóa, thờ phượng thần nào của Hy lạp và Ai cập đều được vì *Jupiter thay cho Zeus* 'lấy' cả Juno lẫn Minerva. Miễn là chớ có xúi dân bạo loạn, muốn làm hay tự xưng *Đấng Cứu* kiểu Theudas hay Judas người Galilee hoặc *Vua dân Do thái* kiểu Jesus người Nazareth. Bạo loạn là xúc phạm nữ thần Roma, Xưng vương là chống nghịch Đại đế 'Hóa thân của thần Jupiter' – Manifest, Incarnate.

Trước 'chiến tranh' La mã không lý đến mấy chuyện tôn giáo, giới 'Quý tộc Tế lễ', ... họ lo bình định và thu thuế, nhưng *chưa* học được kinh nghiệm lịch sử của Hy lạp. Thu thuế mà họ 'đụng chạm' Đền Jerusalem, bình định nhưng họ vẫn cố áp đặt Jupiter *trên* Do thái giáo là tôn giáo đã có hơn 600 năm lịch sử (586-TCN – 66-CN): Do thái cả ngoại xứ và *nhất là* tại xứ đã trở thành 'đồng nhất' với Do thái giáo.

Không được 'tự trị tôn giáo' tại xứ họ chấp nhận tử đạo, hoặc ly hương. Giải pháp thứ ba của những *Non-Jewish Jews* tuy có mầm mống từ cuối thời lệ thuộc Hy lạp (với những Jason, Menelaus, ...) nhưng phải đến sau 'chiến tranh', ra ngoại xứ, mới thịnh hành thấy rõ – kiểu cũ, song song với một kiểu mới đã xuất hiện ít lâu sau ngày ... *Jesus bị đóng đinh*; 3 ngày, hay 40 ngày *thêm nữa*, hoặc *khoảng 20 năm sau*, khi Saul người Tarsus 'thấy' *Christ* và hóa ra *Paul* 'Sứ đồ thứ 13', chính ra thứ 14 là *cuối mà trở nên đầu*.

Tội nghiệp Jesus người Do thái ở Nazareth, chết rồi mới *bị* biến thành Christ là *Non-Jewish Jew nổi tiếng đầu tiên*. Gần 2000 năm sau, Albert Einstein là người *Do thái nổi danh nhất thế kỷ trước* ... cho tới năm 1940, khi ông *tự* tuyên bố *"không tin vào một Personal God"* mà thực sự chỉ 'có tín ngưỡng sâu đậm và vô biên ở cái cấu trúc vũ trụ như khoa học từng khám phá được', mở đầu một thứ Tôn giáo khác, '*Non-Jewish kiểu Einsteinian*'.

Tôn giáo '*Non-Jewish kiểu Christian*' là đầu tiên trong lịch sử vì đặt nền tảng trên *Christ, Đấng Phục sinh và Cứu thế*. Phải gọi đúng tên *Christianism* là Tôn giáo của *Christians* lập ra, những *Sứ đồ và Giáo đồ của Christ* đã không bị La mã 'bắt bớ' trong khoảng 30 – 66-CN: Họ đóng đinh *Jesus* mà thôi (30) và chính họ sẽ lấy *Ki-Tô giáo* làm *Công giáo* cho Đế quốc La mã. Nhưng Đại công hội Đền Jerusalem từ đầu đã 'lập mưu bắt Jesus, giải giao cho Pilate, cáo buộc tội phản loạn, và áp lực hình phạt đóng đinh'. Cho nên có truyền thuyết rằng: Do thái tại xứ chủ mưu và đã nhận trách nhiệm *Giết Jesus (Đám đông của Thầy Tế lễ Cả Caiaphas)*, rồi ném đá *Stephen* đến chết *(Sanhedrin)*, và bách hại các *Sứ đồ (Herod Agrippa I)*.

Có một Do thái ngoại xứ, sinh làm người La mã, lớn lên về xứ học theo Phái Pharisees, trước giúp việc *bách hại các sứ đồ*, sau cải đạo thành *Sứ đồ Chế tạo Đấng Cứu (Christ, Ki-Tô) cho Dân ngoại*, và bởi vậy *bị bắt bớ trở lại tại xứ* đến nỗi phải 'yêu cầu được giải giao cho La mã xét xử ở Rome'.

Paul người Tarsus

Khi chấp sự Stephen 'bị lôi ra khỏi thành Jerusalem để ném đá', đám đông kéo theo chứng kiến, họ 'lấy áo xống mình đặt nơi chân một *người trẻ tên Saul*'. Bấy giờ khoảng năm 32/33-CN, hơn hai năm sau khi Jesus bị đóng đinh, tín đồ đã tập hợp lại quanh 12 sứ đồ và cử ra 7 chấp sự lo việc sinh sống hàng ngày *trong thành*. Stephen mở đầu cuộc 'Tử đạo cho *Chúa Ki-Tô*' bởi tay Do thái tại xứ, dưới quyền Thầy Tế lễ Cả và Đại Công hội Đền Jerusalem, có một số 'Thủ vệ Đền' giúp việc như Saul (tuổi khoảng 20).

'Saul' là tên Hebrew của Paul, dạng La tinh *Paulus* và Hy lạp *Paolos* nên cũng diễn âm thành *Phao-Lồ*; người trẻ này rất được việc 'hàng ngày lùng khắp mọi nhà trong thành, bắt giam nhiều nam nữ tín đồ *Đạo* Ki-Tô' – bấy giờ vẫn còn là một 'chi phái Do thái', đối kháng các hư hoại của phái Sadducees đang cầm quyền Đền Jerusalem và không nhìn nhận truyền thống 'Luật bất thành văn' của phái Pharisees.

Được vài năm, Saul có lệnh của Thầy Tế lễ Cả cho đi Damascus lùng khắp các Synagogues 'bắt bớ' tín đồ *Đạo* Ki-Tô đã tản lạc tới đó; giữa đường có một 'phép lạ': Chúa Ki-Tô đích thân hiện ra, và 'bắt phục' được Saul. Từ đây 'Sứ đồ Paul' là do Chúa Ki-Tô sai đi 'rao giảng cho dân Ngoại', ngày càng 'thoát quyền' *Đạo* Ki-Tô tại xứ do bộ ba *James* – Peter – John cai quản; Thủ lãnh bấy giờ là *James, em của Jesus*; không phải Peter.

Ki-Tô hữu của Paul không cần phải chịu phép 'cắt bì', lại được giảm thiểu nhiều điều khác nữa của Luật pháp Moses. Và *Ki-Tô giáo của Paul ở ngoại xứ* (Diaspora) khác biệt nhiều lắm so với *Đạo (Con Đường, Way)* của Chúa Ki-Tô *theo James, em của Jesus*. Mục vụ và *Thư tín* của Sứ đồ Paul phát triển mạnh và sớm lắm, những văn bản đầu tiên của Ki-Tô giáo là do Paul sáng tác trong những năm 50-60; trước các bản *Phúc Âm (Tin Mừng)* của Mark (70-80), Matthew (80-90), Luke (85-95), và John (95-115).

Ki-Tô giáo *của Paul* vốn ở *ngoại xứ*: Damascus, Antioch (tín đồ của Paul bắt đầu gọi là *Ki-Tô hữu* từ đây), Cyprus, Iconium, Lystra, ... Syria,

Troas, Macedonia, Philippi, Thessalonica, Berea, ... Corinth, Ephesus, ... và Rome. Bản thân Sứ đồ Paul những lần trở lại Jerusalem đều 'có vấn đề', từ khó khăn tới 'bắt bớ', trước các Sứ đồ kỳ cựu của *Đạo Ki-Tô tại xứ* – cho đến khi Paul thuyết phục được Peter ngã theo phe mình.

Nhưng James (em của Jesus) và Peter lần lượt tử đạo năm 62 và 63, giữa thời rối loạn trước cuộc 'Chiến tranh Do thái 66-70'; và Sứ đồ Paul khi trở về Jerusalem *lần cuối cùng* cũng đã bị đám đông của Thầy Tế lễ Cả Ananias hành hung, bắt giữ và giải giao cho La mã vì ông là công dân La mã.

Có một truyền thuyết ngoại xứ rằng Peter bị giải đi Rome và đóng đinh tại đó (ngược đầu theo lời xin), còn Paul chỉ bị giam lỏng nhiều năm nên *có thể giảng đạo và liên lạc với Ki-Tô giáo bên ngoài* cho đến gần cuối đời bạo chúa Nero mới bị chém chết (67). Lại có một truyền thuyết nữa tại xứ về *các em khác của Jesus*: Simon, Jude, ... lần lượt thay James, trên 'Con Đường' hoặc trong 'Triều Đại' của Jesus (Joses giả định là đã chết trẻ).

Từ 'Bách hại' đến 'Lợi dụng'

Chủ trương 'Bách hại Tôn giáo' không có trong các Đế quốc Cổ đại, theo Tín ngưỡng Đa thần của họ, các thần có thể 'sống chung hòa bình' trên đất, và các dân 'thần ai nấy giữ'. Khi Đại đế Nero bách hại Ki-Tô hữu ở Rome năm 64, ông chế tạo một cái cớ để dùng lửa san bằng cấu trúc cũ của kinh thành đó, mà xây dựng lại hoàn toàn mới, theo một 'chương trình' đã định trước. Thần Jupiter của La mã không có 'đánh đuổi' Chúa Ki-Tô của dân ngoại.

[Hơn một ngàn năm về trước, mười hai bộ tộc du mục Israelites, *không phải là một đế quốc*, dưới quyền của Moses nhân danh 'Đấng Tối cao YHVH' của họ mà bách hại toàn bộ thần dân của những El, Baal, Asherah, Astarte, ... để chiếm lãnh đất Canaan. Và hơn một ngàn năm về sau, Đế quốc La mã *Thánh của những Israelites Mới*, nhân danh 'Chúa Cứu thế Ki-Tô' của họ mà đánh chiếm *lại* 'Đất Thánh và Đền Thờ Ki-Tô' ở *Jerusalem* – Holy Land, Holy Sepulchre – suốt thời 'Thánh chiến, Crusades' 1095-1291]

Nero là Đại đế thứ năm của La mã (54-68), vẫn theo chính sách chung của các Đế quốc đa thần, công nhận hợp pháp mọi thần Ai cập, Ba tư, v. v. ... và cả Do thái, bảo đảm 'tự trị tôn giáo' cho bất kỳ 'xứ thuộc địa' nào – dĩ nhiên có điều kiện là phải biết tự trị, không xúc phạm các thần La mã và không gây bạo loạn trong Đế quốc. Bấy giờ 'Chúa Ki-Tô' *chưa được công nhận 'licita'* mà cũng *không còn là Do thái*: Nhóm Ki-Tô hữu *ly hương* tại Rome là những 'con dê tế thần' thích hợp cho việc xây dựng vĩ đại của Nero.

[Những hồi trước đó, hai cái gọi là 'triều đại' Hasmoneans cuối thời lệ thuộc Hy lạp, và Herodians đầu thời La mã, đã *không tự trị được về tôn giáo* khi các đảng 'Thay quyền Đại đế' mà hoặc 'tự lên làm' *Thầy Tế lễ Cả* hoặc 'cử người mình' lên Chức vụ 'thống lãnh Đền Jerusalem đặng thu thuế cho Đế quốc': Do thái giáo *tại xứ* không có tự trị theo đúng khuôn khổ các *Synagogues khắp đất từ thuở ban đầu*; Mà dường như cho tới nay, chưa bao giờ và không nơi nào có sự *Cưỡng bách Gia nhập Synagogue*]

Hồi này, 30-135, không kể Do thái giáo *ngoại xứ* vốn ở 'ngoài vòng cương tỏa' như từ đầu, La mã đang phải đối phó với *các* phe Do thái *tại xứ*. Phái Sadducees nắm được Sanhedrin và Đền Jerusalem; bách hại Jesus (30), Stephen (33), James con của Zebedee (40), James em của Jesus (62), ... một cách quá đáng, đến độ La mã phải phế bỏ Thầy Tế lễ Cả Ananus (62).

[Cái gọi là *Triều đại Jesus – James – Simon – Judes*, nếu có, năm 66 đã phải di tản khỏi Jerusalem *ngay trước Thảm họa Do thái 66-73*, theo một 'tính toán tiên tri']

Sau cái 'thảm họa chính họ gây ra', phái Sadducees tuyệt tích giang hồ cùng với Đền và Thành Jerusalem; phái Pharisees trước theo Thầy Tế lễ Cả và Sanhedrin, sau từ bỏ quan điểm bạo động mà bỏ trốn, '*tự ý* ly hương' tới Jabneh 'được La mã cho phép' thành lập một *Trung tâm Pharisaic/Rabbinic Judaism* tại đây, và thoát khỏi *Thảm họa Do thái 132-135* giáng trên *các* phái 'quá khích tại xứ' – Zealots, Essenes, ...

Khi Jabneh, *Jamnia* của La mã, không còn an toàn vì quá gần *Aelia Capitolina* nên hay 'bị dòm ngó', các Học giả/Giáo sư bèn dời Synod của họ đi Usha, và phân tán khỏi xứ *Palestina* luôn, có bộ phận tới cả Babylonia và Alexandria (tên cũ, xứ xưa).

'Great Diaspora', Đại Ly tán Do thái, khởi đầu như thể 'có nền tảng được chuẩn bị sẵn'. Khắp đất, nơi nào có *đủ mười gia đình* Do thái thì đã có *một Synagogue cho họ*, từ nay *Rabbis của các Synods* sẽ định kỳ đến giảng dạy và hướng dẫn mọi mặt đời sống hàng ngày, lý tưởng là Rabbis đến thường xuyên và có đủ Rabbis 'khắp đất'. Kinh văn Hebrew và Lịch Do thái lần hồi được 'định chuẩn', khởi từ 'Chuẩn mực Palestine' ở Jabneh cho đến 'Chuẩn mực Alexandrian'.

Trong toàn Đế quốc La mã, Ly dân Do thái và Do thái giáo đã hợp nhất thành một thực thể được công nhận hợp pháp. Luật La mã bảo vệ sự tự trị của các Cộng đồng Do thái địa phương với những cơ chế đặc thù của họ như Synagogues, Synods, Kinh văn và Lịch Tôn giáo.

Và Lệ La mã có một đặc cách hết sức quan trọng dành riêng cho Do thái: Miễn trừ việc thờ phụng và tế lễ các Thần của La mã. Mọi chuyện tốt lành ... cho tới thế kỷ 4, khi Đại đế Constantine đổi sách lược 'Bách hại' thành 'Lợi dụng' đối với ... Ki tô giáo.

7

Tuyển dân 'ISRAEL MỚI'
CÔNG GIÁO LA MÃ

Năm 312,   Constantine đại thắng với 'Dấu chỉ Ki-Tô'
Năm 313,   Sắc chỉ Milan 'Khoan dung Ki-Tô giáo'
Năm 325,   Công Đồng Nicea: Công giáo (Đế quốc) La mã
Năm 337,   Constantine chịu rửa tội mà chết
Năm 425,   La mã (Công giáo / Tây) hủy bỏ 'Giáo phụ Do thái'

(Patriarch of the Jews)

Đế quốc La mã *đã* bách hại Ki-Tô giáo *300 năm* mà công nhận Do thái giáo. Từ đầu thế kỷ thứ tư, La mã công nhận rồi biến Ki Tô giáo thành Đế quốc giáo, gọi là Công giáo La mã. Do thái giáo cùng với tập thể các Cộng đồng Ly dân Do thái, vốn đã thành một hợp thể bất khả phân, *sẽ bị bách hại suốt 1700 năm* – hay hơn nữa (?) bởi vì cho đến nay, trong thực tế tình trạng kỳ thị, nếu không muốn nói miệt thị, vẫn còn y nguyên như thuở ban đầu (!)

Cho tới khi Do thái nhận Ki Tô là Đấng Cứu.

Bởi vì 'Ki Tô là Danh trên hết mọi danh; khi nghe đến thì mọi đầu gối trên trời dưới đất và bên dưới đất đều phải quỳ xuống, và mọi lưỡi đều phải tuyên xưng Ki Tô là *Chúa Cứu Thế*. Và ... không hề có một danh nào khác để cho mọi người trên đất nhờ đó mà được cứu'. Cái *Globalization* thời Cổ đại đó là sáng tác của Thánh Paul Tông đồ, người quốc tịch La mã 'gốc Do thái nhưng tự trở nên *non-Jewish*' đặng chế tác Jesus người Do thái ở Nazareth thành ra Đấng Cứu, *non-Jewish Christ*, cho cả thế gian.

Sau 300 năm bách hại vẫn không tiêu diệt được Ki Tô giáo, mà trong toàn đế quốc quá rộng lớn La mã đã tự phân tranh từ năm 284:
*La mã Đông: Diocletian (284-305), Galerius (305-311), Licinius (308-324);
*La mã Tây: Maximian (286-), Constantius I (305-), Severus (306-),

Maxentius (306-312).

Đại đế Constantine

Constantine I (Flavius Valerius Constantinus, 312-337) đáng xưng Đại đế nhờ công lao kết hợp lại Đế quốc La mã; lên ngôi vương thay cha là Constantius I khi ông này chết đột ngột năm 306, do công cử của quân đoàn của họ đóng ở York bên Anh quốc. Quân đoàn này đủ mạnh khiến Galerius của phía Đông phải nhìn nhận Constantine làm chủ phía Tây.

Trước khi chết năm 311, Galerius đã ban hành Chỉ dụ Công nhận Ki-Tô giáo; Trong khoảng 306-311, kết minh với Galerius rồi Licinius của phía Đông, Constantine đã bình định được *phần nào* lãnh địa Tây Âu: Năm 312, ông phải đương đầu trực tiếp với Maxentius là con của Maximian và là người hùng đã truất phế được Severus năm 306. Constantine tự biết mình đang ở thế yếu, không còn nhờ cậy *Thần Thái dương* được nữa (Cha con Constantius và Constantine vốn thờ cúng và nhờ cậy Thần *Thái dương Bất bại. Bản thân* Constantine trước đã tự hào có một Khải tượng của *Sol Invictus*)

Bây giờ, ở một bên Cầu Milvian, Constantine bèn có thêm Khải tượng *Chi-Rho: In hoc signo, vince* – diễn nghĩa là 'Chúa Ki-Tô: Dùng ký hiệu này mà Chiến thắng'. Constantine liền làm theo, và đã thắng Maxentius (312), Licinius (324), ... cho đến trước khi chết năm 337 mới chịu phép 'rửa tội'. Vấn đề không ở bản thân một Đại đế của Toàn Đế quốc La mã, cũng không ở một Đế quốc giáo nào của La mã.

Đại đế Constantine lợi dụng được Ki Tô giáo cho mục tiêu của mình?

Ki Tô giáo 'bắt phục' được Constantine đặng 'Ki Tô hóa' cả đế quốc? Năm 325, Đại đế Constantine đã thâu tóm được toàn bộ phía Đông của Đế quốc, liền ra lệnh triệu tập Công Đồng Nicea. Khoảng 300 giám mục, đa số của các giáo phận La mã Đông (đã ra công khai, hợp pháp từ 311), chịu lệnh tới dự. Constantine chủ tọa Công Đồng 'uy nghi như là thiên sứ của *God từ Heaven* mà tới'. Hai từ Anh ngữ này diễn nghĩa là Thiên Chúa / Đức Chúa Trời ở trên Thiên Đường cũng được; nhưng mà lúc bấy giờ Constantine chưa chịu rửa tội, vẫn còn thuộc về (một) Thần (ở trên) Mặt Trời.

Mệnh lệnh ban hành: Như thể Đế quốc đã hợp nhất được mọi thế lực, Ki Tô giáo phải san bằng các bất đồng giáo điều, hầu cho Tôn giáo sớm hợp nhất vô Đế quốc *thành hình tượng kiểu mẫu của Thiên quốc* (Heavenly Kingdom); God đã giao các dân, các nước trên đất cho Đại đế *cai trị thay cho God*, cho nên từ đầu Đại đế La mã cũng là *pontifex maximus* (thay God điều hành *mọi* tôn giáo). Constantine cho tới khi chịu rửa tội mà chết vẫn còn ở chức vị này bởi vì không ai rõ nó có được 'rửa' hay không, có điều chắc chắn: Năm 382 Đại đế Gratian công nhiên dẹp bỏ luôn danh hiệu.

Nhân danh Thiên Chúa trên trời và nhân danh Đại đế La mã, đại diện Thiên Chúa ở dưới đất, Công Đồng Giám mục Ki Tô giáo đã làm tốt mệnh lệnh được giao. Như vậy kể ra cũng được lợi. Bấy giờ cả đôi bên đều có lợi, cho đến khi La mã sụp đổ thì Công giáo hưởng hết: Giáo hoàng (*Pontiff, Pope*) trực tiếp đại diện Thiên Chúa mà cai trị muôn dân muôn nước.

Tuyển dân 'Israel Mới'

'Trong Ki Tô thì không còn một phân biệt nào, Do thái hay Hy lạp, cắt bì hay không cắt bì, nô lệ hay tự do, đàn ông hay đàn bà, ...'. Thánh Phao-Lô phán như vậy đặng lý luận vòng vèo chuyện 'Thiên Chúa có loại bỏ Do thái hay không'; rồi kết luận như vầy: *Israel Cũ được chọn nhưng vấp phạm nên sự cứu rỗi đến với các dân ngoại 'để làm cho họ ganh đua', lòng ganh đua khiến 'số còn sót của họ' được chọn lại theo ân sủng chớ không theo công cán gì của họ*. Do thái là 'phần còn sót của Israel Cũ', các dân ngoại không phân biệt mà 'tháp vào cái gốc Ki Tô' thì đều là 'cành tháp của Israel Mới'.

'Do thái cứ ngoan cố cho đến khi số dân Israel Mới *được đầy đủ* ... thì cũng *sẽ được cứu*'. Đó là theo phần Kinh văn gọi là Tân Ước. Nhưng trong thực tế theo Giáo quyền La mã từ Leo I, cũng là Thánh, thì:
Giáo hoàng La mã Tây (440-461) này đã minh định rằng 'Rome chính là Thành của Thiên Chúa, *Theopolis*, La mã chính là Dân Thánh, *Holy People*, và Đế quốc La mã chính là Tuyển Quốc, *Elect Nation*'. Vậy thì chỉ có 'Tuyển dân Israel Mới' là được cứu, Do thái cùng các dân ngoại muốn được cứu chỉ có cách 'tháp mình' vô *Công giáo La mã*.

Thánh Paul đã bị La mã chém đầu theo truyền thuyết vào khoảng giữa thập niên 60, Thánh Giáo hoàng Leo I cũng đã qua đời năm 461, nhưng như vậy là đúng 400 năm sau khi *Saul người Do thái ở Tarsus* 'thấy Jesus người Do thái ở Nazareth *phục sinh thành ra non-Jewish Christ*' thì Tín điều và Định chế của Leo I chiếm ưu tiên thực hành cho đến nay luôn, vẫn còn được bảo lưu trong Kinh điển *Tome* (ban hành 449, được tuyên xưng Chân lý Tối hậu, *Ultimate Truth*, tại Công Đồng Chalcedon 451)

Đế quốc La mã Tây, cả Kinh đô Rome, đã bị dân Visigoths cướp phá năm 410; Thánh Giáo hoàng Leo I cứu được *Theopolis* Rome năm 452 khỏi tay quân Hung nô, và năm 455 khỏi tay quân Vandals: Giáo hoàng La mã bắt đầu đại diện Thiên Chúa, thực sự 'cai trị cả những nhà cai trị' từ đây. Nhưng Leo I chết năm 461 thì năm 476 Đại đế Romulus Augustulus cùng với cả Đế quốc La mã Tây của ông bị Lãnh chúa Odoacer của dân Đức xóa sổ vĩnh viễn.

Phần đế quốc phía Đông *còn sót lại* đổi gọi là Đế quốc Byzantine, nhưng định chế Giáo hội Công giáo vẫn là ... Công giáo La mã ... cho tới năm 1054. Định chế không đổi nhưng Danh xưng và Giáo điều ngày càng đổi khác theo tương quan quyền lực mới, từ cuối thế kỷ 5 tới giữa thế kỷ 11 thì hai bên 'tuyệt thông' lẫn nhau: Giáo hội La mã ở ... La mã, Giáo hội *Chính thống ở Đông phương* với các Giáo phụ (Patriarchs) trên nguyên tắc 'ngang quyền nhau và cùng thoát ly chế tài La mã' – Constantinople, Antioch, Jerusalem, và Hy lạp. Nguyên tắc là vậy nhưng thực tế thì Constantinople, vốn là thủ đô Byzantium của xứ Byzantine đã được Đại đế Constantine I của toàn Đế quốc La mã xây dựng lại thành thủ phủ Constantinople cho La mã Đông (mang tên ông, năm 324) ngang với Rome của La mã Tây nên cũng gọi là *New Rome*: Giáo phụ Chính thống ở đó, từ khi thoát quyền Giáo hoàng La mã, thường được tôn trọng *hơn* các Giáo phụ kia.

Năm 1054, Giáo phụ Michael Cerularius (1043-1058) chịu tiếp Phái đoàn Hòa giải của Giáo hoàng Leo IX (1049-1054). Mọi cố công hòa giải chưa đi đến đâu thì Leo chết vào tháng 4, Trưởng đoàn Humbert tuyệt thông Cerularius rồi bỏ ra về La mã, tháng 6, Tân Giáo hoàng Victor II rất vừa ý với lệnh 'tuyệt thông *the devil and his angels*'. Đương nhiên Cerularius nhanh chóng đáp lễ sòng phẳng, và không còn e dè xây dựng một 'Israel Mới' *khác*.

Israel Mới *Chính thống* theo đúng học thuyết nguyên thủy của Thánh Giám mục Athanasius ở Alexandria (293-373) – rằng 'Thiên Chúa đã xuống làm người là để cho con người có thể trở thành Thiên Chúa'. Hồi đó Athanasius đã năm lần bị Giám mục Trưởng ở La mã truất phế–lưu đày–phục chức, dường như nhờ các Giám mục khác đương thời hỗ trợ, đặc biệt quan trọng là Thánh Giám mục Basil ở Caesarea (329-379) – đấng đã dạy rằng 'loài người là giống vật được mời gọi trở thành Thiên Chúa'. Như vậy là đã *Chính thống ở Đông phương* từ bảy thế kỷ về trước, giữa thế kỷ 4 đến giữa thế kỷ 11.

Năm thế kỷ về sau sẽ có Israel Mới *Thệ phản*, với Martin Luther (1483-1546) một Tu sĩ Dòng Augustinian Công giáo La mã, Linh mục Giáo sư Thần học viện Wittenberg, Đức quốc. Năm 1517 ông cho công bố *Chín mươi lăm Luận điểm* 'phản bác nhiều Giáo lý, Tín điều, và Hành xử' của Giáo hội Công giáo La mã; Bốn năm sau, 1521, Giáo hoàng xuống lệnh 'tuyệt thông'; Ông còn 25 năm cuối đời để 'Cải cách' *Các Công đồng và Giáo hội* (1539), 'Phản bác' *Những Anabaptists, Hệ thống Giáo quyền La mã, ... và Dân Do thái (Against the Jews)*. Lúc đầu ông đặc biệt có thiện cảm với Do thái, cho tới khi dân này không chịu nhận cuộc 'Cách mạng Ki Tô giáo' của ông thì ông viết gay gắt là *cần phải đốt bỏ các synagogues, triệt hạ nhà cửa ... và cấm tuyệt mọi giảng dạy của rabbis (under threat of death).*

Công giáo La mã gọi định chế Luther và môn đệ lập ra là 'Phái Thệ phản', nó phát triển nhanh và mạnh suốt năm thế kỷ đến nay thành Giáo hội 'Tin Lành' *với Vô số Chi, Phái* – thật sự là Tổng Giáo hội, Liên Hội (Thánh), ... Trong Việt ngữ có nhiều 'từ Tin Lành' diễn âm khác biệt với 'từ Công giáo', coi như qui ước truyền đạo của họ: Đức Chúa Trời, Chúa Cơ Đốc, Cơ Đốc nhân, ... Trong thực tế cả Công giáo La mã, Chính thống giáo Đông phương, và Tin lành giáo đều coi giáo dân của riêng mình mới đích thực là 'Tuyển dân Mới' – được chọn thay chỗ của Tuyển dân Israelites cổ đại (Mười bộ tộc bị loại bỏ 722-TCN, Hai bộ tộc còn sót lại bị lưu đày 586-TCN và loại bỏ luôn 70-CN).

Nhưng theo Kinh văn Hebrew, Tuyển dân của YHVH không có bị *loại bỏ*, cũng không làm sao *thay thế*: Họ đã bị *cut off from the Promised Land*, không phải 'loại bỏ khỏi Giao ước Đời đời' – The *Eternal Covenant* thì không có dứt điểm, không có 'Cựu' mà cũng không có 'Tân'; cho nên ở đây dùng từ 'Israel Mới' thay vì 'Tuyển dân Mới', và không nói Cựu ước / Tân ước.

Có một Phái Tin lành dám minh thị xưng mình là 'New Israel', là *Latter-Day Saints*, ở bang Utah bên Mỹ quốc, đúng một trăm năm *trước khi* có Quốc gia Israel ở Palestine, Trung Đông: Đây là 'Israel Mới' *mới nhất*.

The latest 'New Israel'

Prophet Joseph Smith (1805-1844) claimed to have got so many things revealed to him ever since the Babel Tower time onwards, as follows.

There was then the human patriarch named Jared, the sixth from Adam, from whom the people were called Jaredites. In the aftermath of the Babel event, the Jaredites somehow immigrated to Central ... America (?), awaiting there for a group of Righteous ... Israelites (?) headed by Lehi to come thousands of years later ... in 600-BCE. This is the so-called First account on the ten Northern tribes, lost since the 722-BCE Assyrian Deportation.

After Lehi's death, the migrants divided themselves into two nations called after his two sons Nephi and Laman. The Nephites were godly and visited by ... Jesus *the Resurrected*, they received his Gospel preached personally and exclusively, therefore the ungodly Lamanites wiped them out in 428-BCE. The evil Lamanites were cursed by ... God: Their skin turned dark. Lamanites and descendants from Jaredites became Ancestors of the American Indians. This is the First history of Migrations to, and Settlements in, the Americas.

Both *stories* of *his*, the Prophet's, were said to have fully been recorded in verily ancient script on Golden Plates by a prophet historian named Mormon, hence 'The Book of Mormon' – about God's dealing with the American peoples and 'newly choosing' *The Elect amidst them*: Putting forth the 'Doctrines of Gospel' and outlining the 'Plan of Salvation'. After having completed the writings, Mormon delivered the Plates to his son Moroni, also a prophet historian, who 'added a few words there onto then hid them up on Hill Cumorah because he was destined to be *the last Nephite in 428-CE*'.

On 21 September 1823, Moroni *the Resurrected* came 'unto Prophet Joseph Smith, instructing him on the Plates and Record, and predestining him for the English translation'. On 22 September 1827, Prophet Smith was given the Plates and provided with: The 'urim–thummim' for his translating task; The 'breast-plate' for his authority on producing *The Book of Mormon, Another Testament of Jesus Christ* (1830), and on setting up *The Church of Jesus Christ of the Latter-Day Saints* (1830 at Cumorah, New York; 1831-1837 in Kirtland, Ohio; 1831-1838 in Independence, Missouri; 1839-1845 in Nauvoo, Illinois; and finally in Salt Lake, Utah, from 1846-1848 up to ... date.

Salt Lake is considered to be *The New Dead Sea*, with the new *Jordan River* at its southeastern end; the city, *The New Zion* or *New Jerusalem–City of the Saints*; etc ... because Smith being *New Moses* and Young *New Joshua*. Article of Faith N°10 of this 'New Israel' stated: We believe in the literal gathering of Israel and the restoration of the Ten Tribes; that Zion will be built on the American continent and Christ will reign personally upon earth; and that the earth will be renewed to receive its paradisiacal glory.

[Rf. BTT, 3rd Ed., pp. 115-120]

Tiên tri Joseph Smith và em trai là Trưởng giáo (Patriarch) Hyrum bị 'đám đông' sát hại *trong* nhà giam Carthage, Illinois, ngày 27 tháng 6 năm 1844. Lãnh tụ mới là Brigham Young (1801-1877) phải dẫn dắt cả đoàn Mormons đào thoát khỏi Illinois, một *Exodus Mới* nhưng cũng tự gọi bằng tên cũ 'Camp of Israel', chuẩn bị 1844-1845 và di chuyển 1846-1847, bốn năm thay vì *bốn mươi năm*, và đến được *New* Promised Land: Lãnh tụ Tiên tri Brigham Young là *Joshua Mới* nhưng làm Chủ tịch Giáo hội ở Salt Lake City từ 1848 tới chết.

Một Tuyển dân Khác

Tuyển dân này được chọn 'trước Israel một đời', từ Ishmael là anh (lớn hơn 14 tuổi) khác mẹ của Isaac. Điều đó Muhammad ibn Abdallah (570-632) nhận biết từ Waraqa ibn Nawfal, một Ki Tô hữu đã sớm 'cố vấn tâm linh' cho Muhammad khi thương gia này bị khủng hoảng vì 'Ba lần Kêu gọi' từ Đấng Tối Cao (*al-Lah*, từ Ả rập này không phải tên riêng, dạng Anh ngữ *Allah* cũng vậy, chỉ là một trong các Danh xưng Tôn kính, như God hay Thượng đế).

Năm 610 Muhammad đã 40 tuổi, rất thành công trong thương nghiệp ở Mecca, đã cưới góa phụ Khadijah làm vợ đầu tiên được 5 năm, bà cũng là một thương gia rất giàu có từng yểm trợ ông đắc lực, cả trong những việc nghĩa và sẽ luôn ủng hộ ông hoạt động mọi mặt về sau, em họ bà là Waraqa cũng vậy. Ông cố vấn này xác quyết ngay rằng Đấng đã gọi Muhammad chính là *Thiên Chúa* của Moses và các Tiên tri Hebrew, xưa kia Moses cũng đã nại cớ từ chối ba lần, vậy nay Muhammad được *chọn làm Tiên tri / Thừa sai cho Tuyển dân Ả rập*. Suốt ba năm liền Muhammad mới được rõ 'mọi sự' từ Abram, Ishmael, ... Moses, Vua David, ... cho đến Jesus; bởi vậy trong những *Suras khải thị trước sự sáng tỏ đó* mới có nhiều nhầm lẫn như 'Abraham là Do thái', 'David là Ki Tô hữu', 'Do thái giáo và Ki Tô giáo là một', ...

Thiên Chúa khải thị từng Sura một (một hồi, hiệp, ... *chương*, khi đời sau ghi chép lại, có hiệu đính và sắp xếp, thành Kinh *Qur'an* – Koran, nghĩa là Recitations, Kể lại); Muhammad thừa lệnh lắng nghe đặng kể lại 'Lời Thiên Chúa' bằng ngôn ngữ Ả rập, cho các bộ tộc Ả rập chưa hề có Tiên tri và Khải thị nào từ xa xưa cho đến bấy giờ. Truyền thống tôn giáo ở toàn bán đảo Arabia là đa thần, Đấng Tối Cao của các thần chính là Allah, thờ ở đền Kabah.

Đền Kabah tại trung tâm Mecca cho đến năm 618, ngoài Allah Tối Cao, vẫn còn thờ thêm ba nữ thần Ả rập truyền thống là 'al-Lat, al-Uzza, và Manat', vị thế kém chút đỉnh nên gọi là 'các con gái của al-Lah'. Từ 610 đến năm đó, Muhammad chưa được khải thị về sự 'độc thần', từ nay Tiên tri có khải thị 'chỉ thờ phượng mỗi một Allah mà thôi'.

Dân chúng Mecca lập tức phản đối rộng rãi; năm sau, 619, ngay cả bộ tộc Quraysh của chính Muhammad cũng rút lui, tuyên bố không còn ủng hộ ông nữa. Bị cô lập ngày càng trầm trọng ở Mecca, Tiên tri phải tìm đường liên hệ tới những nhóm Do thái, định cư từ trước ở Yathrib và đã được nhiều bộ lạc đa thần Ả rập khu vực đó tín nhiệm. Khi bà Khadijah kiệt quệ mà chết vì bị bao vây, Muhammad quyết định dẫn dắt 70 gia đình Muslim còn kiên trì lý tưởng Islam rời Mecca đi Yathrib trong mùa hè năm 622.

Cuộc Di hành *Hijra* này hết sức quan trọng, Khởi điểm Lịch sử của Tôn giáo *Islam* – không rõ diễn âm Hán Việt thể nào mà lại thành ra '***Hồi*** giáo', nhưng *nếu có thể được* diễn ý thế này thì cũng hay: ***Trở về*** Đấng Tối Cao Duy Nhất, ***Trở về*** với hậu duệ của Abram, Ishmael, ... Từ Ả rập *Islam* có nghĩa là 'Đầu phục', vâng phục tuyệt đối, 'submit hay surrender'; *Muslim* là danh động từ, 'người đầu phục'.

Mấy bộ tộc Do thái ở Yathrib, Medina của Muslims về sau, đặc biệt ở chỗ tuy hoàn toàn đầu phục Đấng Tối Cao của mình nhưng không khép kín trong Do thái giáo. Hết sức cởi mở và thân thiện, trước họ đã được lòng các dân du mục như Bedouin, ... nay Muhammad và số dân Quraysh mới di trú tới cũng tín nhiệm họ. Khi nhận biết thêm về Do thái giáo, Muhammad thiết định một ngày 'Fast' cho Muslims trùng vào 'Atonement Day' của Do thái, thêm một lần cầu nguyện hàng ngày theo đúng lệ Do thái bấy giờ, và khi cầu nguyện thì cũng phục mình hướng về Jerusalem, ... nhưng Do thái cứ việc tuân giữ Do thái giáo, Hồi giáo là cho người Ả rập.

Thỏa hiệp đó không được lâu, chỉ sau hai năm Muhammad đã thấy rõ là Do thái không bao giờ đồng hóa Đấng Tối Cao của họ với Allah, cũng không chấp nhận ông là Tiên tri vì 'thời tiên tri' đã chấm dứt lâu rồi, hơn nữa hậu duệ của Ishmael tuy là 'một dân lớn' nhưng chỉ 'Israel là Tuyển dân'. Năm 624 Muhammad 'khải thị' lại: Cầu nguyện hướng về Đền Kabah ở Mecca, Jerusalem lâu rồi đâu còn đền nào; Do thái đã đánh mất đức tin (faithless) mà trở thành bất trung (infidel) từ khi chế tạo mấy con bò vàng để thờ phượng; mà trước đó chính Abram có lần đi thăm Hagar với Ishmael (ở nơi sau này gọi là Mecca) và cùng nhau lập ra chỗ thờ phượng sau này là Đền Kabah: Ishmael và Ả rập 'được chọn trước', Israel và Do thái 'bị loại sau'. Lý luận đúng kiểu Do thái, học được ở Medina. Cũng vậy, tín điều 'Thiên Chúa Ba Ngôi', bấy giờ mới là của Công giáo và Chính thống giáo, Muhammad trước có nhầm lẫn là 'Chúa Cha, Đức Mẹ, Chúa Con', điều chỉnh lại 'Chúa Cha, Chúa Con, Chúa Thánh Thần', thì cũng vẫn cứ 'phạm thánh' – blasphemous. Ông không chấp nhận một Đấng Tối Cao mà lại 'begot' Con trai, Con gái (ba Con gái của Thánh al-Lah đã bị loại khỏi Đền Kabah rồi); càng không chấp nhận Đấng 'xuống thế làm người', Tín điều Incarnation của Công giáo La mã, hoặc 'giúp người làm ... Thiên Chúa', Giáo điều Deification của Chính thống giáo Đông phương.

Bởi vậy Muhammad bèn được khải thị rằng 'Isa thực là Tiên tri, ... nhưng không có chết trên cây thập giá, *it was made to appear so*; lại có báo trước *một Tiên tri* sẽ xuất hiện kế tiếp tên là *Ah-mad* ... nhưng Ki Tô hữu tráo đổi thành *Chúa Thánh Thần*' – trong ngôn ngữ Ả rập, 'Tiên tri Jesus báo trước Tiên tri Muhammad sẽ xuất hiện'. Mọi Tiên tri đều chỉ là con người, bất toàn, sớm muộn rồi cũng chết; chỉ mỗi một Đấng Tối Cao là Hằng hữu, Vẹn toàn, Đáng thờ phượng: Đấng đã ban Luật pháp cho Moses, Thi thiên cho David, Gospel cho Jesus, và Qur'an cho Mohammad.

Jews và Christians đều đã bất trung mà làm hư hoại các Kinh văn nên đáng bị tước bỏ tư cách 'tuyển dân'. Muhammad tự nhận là Tiên tri 'cuối cùng', được sai 'kể lại' các phê phán chính Đấng Tối Cao lần hồi khải thị cho ông suốt hơn 20 năm, 610-632. Ông không có đọc mà cũng chẳng hề viết một Kinh văn nào, có chỗ còn xác định là không học hỏi theo một người nào, Ki Tô hữu hay là Do thái. Bởi vì sau cùng Khải thị phán rằng ông phải lập lại 'Tôn giáo Nguyên thủy của Abraham' mà Do thái giáo rồi Ki Tô giáo đã làm sai lạc đi – không phải bằng các ngôn ngữ Hebrew hay là Hy lạp: Từ nay, thông qua ông, Đấng Tối Cao nói tiếng Ả rập cho Tuyển dân Ả rập.

Về mặt lịch sử, Muhammad là một 'Joshua Mới' cho Ả rập thời Trung cổ, trong vòng non mười năm đã hoàn thành *xong* sứ mạng – tóm lược như sau. Tháng 7-9, 622: *Di hành tới Medina*; Tháng 1, 624: Tập kích thành công đoàn thương buôn Yemen tại Nakhlah, gần Mecca; Tháng 3, 624: Tập kích thành công đoàn thương buôn Mecca từ Syria về, đánh thắng 800 quân Mecca tại Badr; Tháng 3, 625: Đánh ngang ngửa với 3,000 quân Mecca tại Uhud; Tháng 4, 627: Medina bị 10,000 quân Mecca và đồng minh bao vây, Muhammad cầm cự hơn nửa tháng thì đại quân Mecca tan rã; Tháng 3, 628: Với chỉ 1,600 quân Muhammad vây lại Mecca và buộc họ ký Hòa ước; Tháng 11, 629: Bất chấp Hòa ước, Mecca tấn công lẻ tẻ; Tháng 1, 630: Muhammad kéo 10,000 quân tới, Mecca đầu hàng, và *Islamic State of Arabia* thành hình.

KHU TẬP TRUNG
TRẠI DIỆT CHỦNG

Đế quốc Byzantine (La mã Đông)   476   đến   1453

Đế quốc Ả rập (Thế giới Hồi giáo)	634	đến	870 (?)
Đế quốc La mã Thánh	800	đến	1806
Đế quốc Ottoman	1300	đến	1922
Quốc Xã Đức	1930	đến	1945

Năm 624 ở Medina, Muhammad ra lệnh trục xuất bộ lạc Do thái *Banu Qaynuqa* vì họ kiên trì không chấp nhận ông là Tiên tri cho Đấng Tối Cao của họ. Do thái quá quen thuộc mấy vụ trục xuất – lưu đày, từ thời Đế quốc Babylonia (597, 586, ... TCN) đến Đế quốc La mã (70, 135, ... CN).

Năm 627 cũng ở Medina, chính Muhammad đứng đầu vụ tàn sát hết thảy nam đinh bộ lạc Do thái *Qurayzah* vì họ đã không giúp ông theo yêu cầu đánh lại quân Mecca, vợ và con họ đều bị đem bán làm nô lệ. Vụ này có hơi mới lạ, Do thái *chỉ quen bị tàn sát* cả nhà, có khi cả bộ tộc, tài sản thì tiêu hủy hết chớ không bị *tịch thu và chia chác*. Truyền thống đó tiền nhân Israelites của họ lập ra và áp dụng với hết thảy bộ tộc *tại xứ* ở Canaan.

Từ đây, một tiền lệ được ... thành lập, rất thực dụng cho kẻ mạnh hay chiến thắng. Lúc bấy giờ Muhammad *chưa* phải là kẻ mạnh, ông chiến thắng nhờ mưu trí, tàn bạo, và thời cơ. Trong khoảng 627-628, Đế quốc (Chính thống giáo, La mã Đông) Byzantine đánh bại Đế quốc Ba tư, nhiều bộ lạc chư hầu cũ của Ba tư quay sang đầu phục ông; đang khi Công giáo La mã (Tây) suy yếu nhiều vì những tranh chấp quyền lực giữa mấy dân Tây Âu.

Năm 629, Muhammad bao vây một bộ lạc Do thái định cư ở ốc đảo Khaybar, buộc họ đầu phục và dâng cống *phân nửa số thâu hoạch chà là hằng năm* cho Medina. Lệ này cũ rồi do Đế quốc La mã hồi còn thống nhất đặt ra như một loại 'thuế đặc biệt' *miễn cho Do thái việc thờ cúng các thần La mã*, có điều phân suất này nặng quá. Dường như thuế suất loại này ngày càng cao, và càng nảy sinh nhiều loại mới, mở rộng từ Do thái ra Công giáo / Chính thống, sau này đến các *People(s) of the Book(s)* khác, như Zoroastrians. Dân nào mà *không được đóng* 'thuế Tự trị Tôn giáo' đó thì phải gia nhập Islam, hoặc là sẽ bị giết chết nếu không bỏ trốn đi được.

Đương sinh thời Muhammad, tương đối có ít vụ trục xuất (deportation) và tàn sát (pogrom) Do thái, ông còn bận việc thống nhất toàn bán đảo Arabia bằng 'Tôn giáo và Gươm đao' – Word and Sword. Năm 630 coi như việc lập lại Tôn giáo Nguyên thủy của Abraham đã hoàn tất *cho dân Ả rập*, hầu hết các bộ tộc dân này đã đầu phục ông như một Thủ lãnh Tối cao 'cả Đạo lẫn Đời'. Cuối năm đó, ông thân hành đi thị sát tận biên giới Syria, rầm rộ với 30 000 quân để thị uy suốt trong một tháng; một số bộ lạc Công giáo gần đó sợ quá bèn ngã qua Chính thống giáo Byzantine, khiến ông bắt đầu có ác cảm với cả hai dòng Ki Tô hữu y như đối với dân Do thái từ năm 624.

Hai năm cuối đời, sức ông có yếu đi nhưng tưởng chưa sao, nên ông không lo việc chỉ định người thừa kế. Muhammad qua đời đột ngột sau chuyến Hành hương Mecca năm 632, Phân tranh Quyền lực liền diễn ra.

Khu Tập trung (Ghetto)

Do thái đã đánh mất cả một Vương quốc với hai Đền Thánh. La mã (Công giáo) đã tước đoạt của họ quyền tự trị tôn giáo, luôn cả danh vị *Patriarch of the Jews*. Từ thế kỷ 5–Christian Era, trong thực tế họ đã 'tự tập trung' sống gần quanh các Synagogues 'khắp đất' để hàng tuần có thể đi bộ đến Synagogue của mình vào ngày Shabath.

Từ lâu Do thái và Do thái giáo đã là một, bất khả phân: Synagogue là vương quốc lưu vong của họ, và Kinh văn Hebrew là đền thánh lưu động của họ – bất cứ nơi nào họ chưa bị 'đánh đuổi đi', hay tự thấy còn 'chịu đựng nổi'. Trong cảnh Đại Ly tán như vậy (Great Diaspora) các Rabbis của họ phải chế ra một kiểu Tự Trị 'vô tiền, khoán hậu': Cathedocracy, mỗi Synagogue 'tự cai trị mọi mặt từ bục giảng của Rabbi', xưa nay chưa dân nào có.

Cho đến một ngày không đẹp trời, Do thái không còn được phép lưu động / lưu vong gì nữa. Đế quốc Ả rập thành hình hai mươi năm sau *Islamic State*, mục tiêu Muhammad đã thực hiện được trước khi chết, 632 – ở đây có phân biệt rõ 'Arab Empire' với *Islamic World*, và không nói 'Đế quốc Hồi giáo'. Trong Đế quốc Ả rập, ban đầu Do thái và Ki Tô hữu *chưa* bị cưỡng bách cách ly với dân sở tại (forced segregation), nói chung họ chỉ phải trả thuế 'tự trị tôn giáo' hàng năm.

Nhưng trong Thế giới Hồi giáo, họ phải ở trong những 'ghettoes', khu vực tập trung cách biệt do chính quyền sở tại chỉ định (legally enforced residence aerea). Chưa phải là 'trại tập trung' (concentration camp, một hình thức trại tù nới lỏng), ghettoes thực tế cũng gần như vậy cho cả Do thái lẫn Ki Tô hữu vì cùng thuộc loại được 'đối xử đặc biệt' – People(s) of the Book.

Hai thế kỷ 7 và 8, 'Thời Đen tối' của Công giáo, 'Thời Vàng son' của Hồi giáo', Ki Tô hữu lần hồi trốn khỏi Thế giới Hồi giáo sang Tây Âu: Năm 800 họ lập được Đế quốc La mã Thánh, tranh hùng với Thế giới Hồi giáo và 'thi đua dựng ghettoes' cho Do thái. Từ La tinh đó do họ chế ra sau này, theo kinh nghiệm họ từng trải và học được trong Thế giới Hồi giáo: Ghettoes họ xây dựng rập khuôn ghettoes cũ, chỉ cải tiến chút đỉnh cho hữu hiệu hơn.

Cuối cùng thì trong 10 dân Do thái, chín người ở ghettoes Hồi giáo, một người ở ghettoes Công giáo. Họ không còn chỗ nào để *trốn tới*, họ có thể trốn khỏi *chỗ trước* nhưng khó thể trốn khỏi *chỗ sau* vì có *Christian watchmen*. Nói chung Qui chế ghetto cấm Do thái làm nhà quá một kích thước và một số cửa 'đã ấn định', có tường thành vây quanh với cổng khóa chặt ban đêm, ban ngày có thể ra ngoài với một 'dấu hiệu Do thái' thường màu vàng, đặc biệt suốt những ngày Lễ Trọng Công giáo thì 'cấm cổng' với canh gác kỹ hơn. Ghetto Công giáo có nại một lý do rất hay ho: Bảo vệ Do thái khỏi những tấn công 'tự phát' của 'đám đông', chẳng hạn suốt trong Tuần Thánh, khi họ quá bi phẫn vì 'bọn giết ... Chúa' – ý là Thiên Chúa khi Làm Người.

Ghetto Hồi giáo không cần lý do đó, Allah của họ không có 'làm người', chỉ đơn giản vì Do thái không chịu nhận Allah và Muhammad: *Jews* kỳ thị *Muslims* (trước) nên họ 'không thể không đề phòng'. Trong Đế quốc Ả rập họ đông và mạnh hơn nên đề phòng *chưa cần* nghiêm khắc như ở Thế giới Hồi giáo ngày càng bành trướng thêm rộng lớn, nhất là tới các Quốc gia Hồi giáo *gần Tây Âu* như Morocco.

Tây Âu thì khỏi nói, đây là địa bàn của Công giáo La mã và La mã Thánh: Ý đại lợi, Tây ban nha, ... Có một nghịch lý, càng *gần Đông Âu* lẽ ra càng bớt kỳ thị Do thái, thực tế không phải vậy: Frankfurt, Prague, ... Poland, Lithuania, ... *đặc biệt là Nga* với cái 'Vòng đai Định cư Do thái' rất sớm nổi danh mà cứ duy trì miết tới cuối thời Nga hoàng, 1917 – chỉ bãi bỏ sớm hơn ở Quốc gia Hồi giáo Yemen, 1948; Ghetto *cuối cùng* của Tây Âu ở Ý đại lợi bị dẹp bỏ luôn vào năm 1870.

Bạo hành và Tàn sát Do thái *trở nên* qui mô và chính qui, đôi khi 'bán chính qui' nếu chính quyền sở tại e ngại tai tiếng, bắt đầu từ nước Nga khi Nga hoàng Alexander II bị ám sát năm 1881. *Pogrom* là từ Nga, chỉ sự bạo loạn / tàn phá. Đối phó với Do thái, chính quyền địa phương có thể tổ chức và chỉ đạo pogroms, hoặc yểm trợ và 'làm ngơ' cho 'đám đông tự phát' – chưa bao giờ có điều tra, xét xử, trừng phạt ... bất cứ một người nào, chủ mưu hay là tham gia. Chỉ cần 'dư luận' qui tội cho 'bọn giết Chúa' là xong việc: Hóa ra Ghetto là màn 'mở đầu' cho Pogrom, và Pogrom là bước 'chuyển tiếp' sang Holocaust – Trại Diệt chủng.

Từ Nga, Moldavia, ... Poland, ... cho tới Đức, và Đức Quốc xã, con đường chẳng có bao xa; cũng vậy, từ hậu bán thế kỷ 19 đến tiền bán thế kỷ 20, khoảng cách chẳng có bao lâu. Nhưng 'kỳ thị Do thái' là hiện tượng truyền kiếp, không phải chỉ khi có từ *anti-Semitism* năm 1879 – từ này chế ra để chỉ những khích động 'chống Do thái' đang hồi mãnh liệt bấy giờ ở Đức, có thể dùng được cho phong trào ngày càng thêm mãnh liệt đó cho tới cực điểm của nó là Holocaust của Hitler; nhưng ngược về trước, không thể nói dân *Semites Ả rập* là anti-Semitic (Ả rập và Do thái đều là hậu duệ của *Shem* – hậu duệ của Abram); và sau thời Hitler cho đến nay, cũng không thể dùng được cho mọi cuộc chiến 'chống Do thái' ở Trung Đông (1948, 1967, ... 2009).

Những đống tro đã tàn của lịch sử thì chẳng ai khơi lại làm gì. Thánh chiến 'chống Do thái *và Đồng minh*' và 'xóa sổ Nước Israel' lấy lửa từ đâu?

Trại Diệt chủng (Holocaust)

Adolf Hitler (1889-1945) là một bậc kỳ tài trong thuật dùng người, bạn cũng như thù, chính trị cũng như quân sự, và cả khoa học nữa. Thời của ông bắt đầu khi ông gia nhập đảng Công nhân Đức, 1919; biến nó thành Quốc Xã Đức, *Nazi*, 1920; và năm Toàn quyền Chủ tịch, 1921. Âm mưu cướp chính quyền ở Munich thất bại, 1923, ông thành danh rộng khắp, bị kết án 5 năm nhưng ngồi tù 'thoải mái chỉ 9 tháng', vừa đủ cho ông hoàn tất Phần I của *Mein Kampf*:

* Bất bình đẳng giữa các *sắc tộc* cũng như các *cá nhân* là sự tự nhiên: Sắc tộc *Aryan* là 'thượng đẳng, yếu tố sáng tạo duy nhất' cho cả *nhân loại*;

* Đơn vị *tự nhiên* của nhân loại là *dân tộc*, dân tộc Đức là 'cao cả hơn hết', mọi chính thể Đức đều phải nhắm 'bảo vệ và thượng tôn' dân tộc Đức;

* Mọi giá trị đạo đức, chân lý, ...của dân tộc Đức đều 'hội nhập vào một *Lãnh tụ Đức*', duy nhất và toàn quyền, của ...Quốc Xã Đức;

* Kẻ thù 'lớn nhất' của Quốc Xã Đức, trên lý thuyết là Chủ nghĩa Cộng sản, và trong thực tế là ...Do thái – Bolsheviks là Do thái, theo Hitler.

Đó là một nhầm lẫn: Trong Đại hội 'Xã hội Dân chủ Nga' năm 1903, hai phe Lenin (Cực tả) và Martov (Cực hữu) đang tranh chấp chưa phân thắng bại, thì nhóm 'Xã hội Dân chủ gốc Do thái' chán nản bỏ họp, *Lenin thành ra Đa số tức là Bolsheviks*, Do thái không phải là Bolsheviks; Hơn nữa, những tay Cộng sản 'gốc Do thái' từ Marx đến Trotsky đều *tự cắt bỏ gốc Do thái rồi*.

Mein Kampf Phần I như vậy là Tuyên ngôn của 'Phong trào' Quốc xã Đức, Phần II là Cương lĩnh, Tổ chức, ... Hitler không dùng chữ 'đảng', Phong trào của ông tự nhận một sứ mạng thiêng liêng từ *Almighty Creator*: "Tôi tin rằng mình đang *Chiến đấu (Kampf) đúng theo Ý chỉ của Đảng Sáng tạo Toàn năng*. Tự vệ 'chống lại dân Do thái', chúng tôi đang làm công việc của Thiên Chúa". *God, The Lord, Providence,* ...diễn ý ở đây là Thiên Chúa, tại vì trong đa số các diễn văn hùng hồn đến nảy lửa của ông Hitler thường tự nhận mình là Ki Tô hữu (trả thù cho Đấng đã bị Do thái đóng đinh trên thập tự giá), cũng tại vì Đức Giáo hoàng Pius XII đương thời cứ nhất quyết kiên trì không chịu lên tiếng về Hitler và Phong trào. (Đúng theo Truyền thống ...ngàn xưa, hoặc mới nhất hồi cuối thế kỷ 19, khi Đức Giáo hoàng Pius X đáp lại lời kêu cứu của Theodore Herzl cho nạn nhân của những pogroms ở Nga, *Do thái không nhận Chúa Cứu Thế của chúng tôi, nên chúng tôi không thể nhận Do thái*)

Rõ lắm: Cũng như Công giáo La mã, Nazi không nhận Do thái là *Tuyển dân*. Hitler lại còn chớp lấy phê phán của Martin Luther, dựa trên 'Tin Mừng của Matthew', *Do thái là dòng giõi loài rắn độc ...Phải đuổi ra khỏi Đức, Synagogues phải đốt bỏ hết ....* Khởi đầu, Hitler làm theo Luther, mà hay hơn. Hay và 'có vẻ khoa học' vì Hitler chớp luôn mớ lý thuyết 'giả khoa học', pseudo-scientific, về cái gọi là 'Giá trị Thượng đẳng của *Aryans Thuần chủng*' trên đó ông cho khởi công, năm 1933, đào tạo một giống 'Dân Đức Mới': *Hitler Youth* là cơ sở trọng tâm Nazi thành lập đầu tiên, 2 năm trước khi họ ra *Luật Nuremberg 1935* nhằm 'đuổi hết Do thái ra khỏi lãnh thổ Đức'.

Thiếu nhi, nam đinh, tròn 10 tuổi phải ghi danh xin 'thanh lọc nguồn gốc'; *Thuần giống Aryan* mới được nhận vào *Thiếu niên* Hitler; điều tra thêm và chuẩn bị (10-13 tuổi) để được đào tạo (13-18 tuổi); trúng tuyển tốt nghiệp mới là *Thanh niên* Hitler, có tư cách gia nhập Phong trào *Nazi* với hợp đồng 'lao động và chiến đấu' tối thiểu 3 năm. *Hitler Girls* được tổ chức song hành và bổ túc trong các nhiệm vụ *comradeship, motherhood,* và nội trợ.

Khi Luật Nuremberg ban hành, Hitler đã nắm được *60%* thanh niên Đức. Quá đủ để đề phòng mọi bất trắc nếu số Do thái 'đồng hóa' có phản ứng vì toàn bộ bị tước quốc tịch Đức, giải trừ mọi hôn ước và triệt để cấm kết hôn với công dân Đức, xí nghiệp phải đóng cửa và tài sản bị tịch thu, ... hầu hết synagogues bị cướp phá và tiêu hủy, các ghettoes trở thành *concentration camps* và nhiều *camps mới* mọc lên, *pogroms* thường xuyên và tàn bạo hơn. Tất cả nhằm 'đuổi Do thái' thay vì 'lệnh trục xuất'.

Suốt mấy năm 1935-1941, Do thái bị ép rời khỏi Quốc Xã Đức, Phát xít Ý là đồng minh, và các lãnh thổ bị họ chiếm làm chư hầu như Áo, Tiệp, ... Thoát ra được lúc bấy giờ là may phước lắm, vì sau đó 1942-1945 chiến sự xoay chiều bất lợi cho Trục Đức-Ý-Nhật: *Giải pháp Tối hậu* phải đem ra thực hiện, Do thái không còn đường nào nữa ngoài *Đối xử Thích nghi*. Người ta chơi chữ như vậy chớ không nói Diệt chủng, Hơi ngạt, ... *Tối hậu* là phải tận diệt Jews 'tạp chủng' để bảo vệ Aryans 'thuần chủng'. *Thích nghi* là phải tận dụng mọi phương tiện, địa điểm, và thời gian có thể được. Đó là Quyết định Wannsee ngày 20 tháng giêng năm 1942 của Bộ Chỉ huy Tối cao Nazi họp ở một ngoại ô hẻo lánh của Berlin, ngoài Hitler có đủ các tay đầu sỏ Heydrich, Eichmann, ... Quyết định tập trung toàn bộ Do thái bắt được ở khắp lãnh thổ Tây Âu do Đức chiếm đóng, di chuyển đến các *Trại* (Lao động, Tử thần, ...) ở Đông Âu cho được an toàn và kín đáo; Đan mạch là nước *dám âm thầm* che chở cùng trợ giúp Do thái đào thoát, Bảo gia lợi là nước *công khai không thi hành* Quyết định – bất chấp áp lực tối đa của Quốc xã Đức.

Và Warsaw ở Ba lan là *Trại đã Nổi dậy*, 60 000 Do thái *còn lại* trong số 400 000, gần như tay không mà cầm cự non một tháng với Lực lượng SS 'thường trực và trang bị tối tân', tháng 4-5 năm 1943. Tổng kết sau Chiến tranh Thế giới 1939-1945: Khoảng *Sáu Triệu* Do thái được Đối xử *Thích nghi*. Con số 'sáu triệu' dĩ nhiên là ước đoán, về nước Mỹ có hai con số chính xác điển hình là: 161 262 người Đức gốc Do thái được thâu nhận từ 1931 đến 1941; sau đó thì đình chỉ, 937 người tị nạn Do thái trên tàu S. S. St. Louis bị Cuba từ chối, đến được ven bờ Florida cũng bị từ chối luôn, sau cùng 'không có chỗ đến' họ phải quay về 'chỗ không còn ra đi được nữa'.

Không có những con số chính xác như vậy cho Anh quốc và Canada; khi các Cường quốc Đồng minh bắt đầu phản công và sắp sửa thắng trận thì tất cả đều 'tạm thời đình chỉ' việc thâu nhận Do thái, một số hết sức nhỏ nhoi thoát được vòng vây của Quốc xã Đức và sống sót dưới hai lằn đạn. 'Cấm cảng', không cho lên bờ, còn nổ súng đuổi ra khơi, là cái gì nếu không phải *Trục xuất*? Trục xuất 'không cần nói trục xuất' là sách lược Hitler 1930-1941.

Ở đây không tính sự 'khủng bố để trục xuất' từ 1920-1921 là khi chính thức xuất hiện *Nazi* với Hitler là *Fuhrer* có 'toàn quyền vô hạn', hoặc từ 1933 khi ông được *cắt cử làm Chancellor* (tháng giêng) rồi đốt Nghị viện (tháng hai) để được *nắm trọn quyền lực trong tay* (tháng ba) và tóm luôn *Chức vụ President* khi Quốc trưởng Hindenburg chết (tháng tám 1934). Năm 1930 'kinh văn' *Mein Kampf được ấn hành rộng khắp*, toàn bộ hai phần rút gọn, cho toàn thể Phong trào Nazi đã leo lên hàng thứ nhì trong các đảng phái Đức.

Cũng không tính Giải pháp Tối hậu cho Do thái từ ... *Công giáo La mã của Alois Schicklgruber* (1837-1903, đổi họ thành Hitler năm 1876), cha mẹ ông sống chung và sinh ra ông 'bất hợp pháp' theo luật Công giáo, cũng không có 'lưu truyền' cho ông một khái niệm nào về Do thái; mẹ ông mất sớm (1908) và tự ông thu thập nhiều 'kỷ thuật dùng người' khi cố theo ngành nghệ thuật ở Vienna (1908-1914) cũng như gắng gia nhập bộ binh Đức (1914-1916) – kỷ luật quân đội, bất bình đẳng tự nhiên, độc tài chỉ huy, ... ông tự rèn luyện và ứng dụng rất 'nghệ thuật' ngay khi được nhận làm 'army political agent' của một đảng Công nhân nhỏ bé ở Munich, tháng 9 năm 1919.

Tản mạn vừa ghi, từ Trục xuất đến Tận diệt Do thái, là cần thiết vì hôm nay Đức Giáo hoàng Benedicto XVI mới phục hồi 'Thông công và Thánh chức' cho bốn Đức Giám mục đã bị 'dứt phép': Có một vị đã và vẫn còn phủ nhận *Holocaust của Hitler*. Mấy năm gần đây, Phong trào *Neo-Nazi* phục hoạt khá mạnh, có cả một tác giả pamphlets và websites cũng hăng say trong chủ đích đó. Nhưng đương thời Hitler đã có Linh mục Bernhard Lichtenberg ở St. Hedwig's Catholic Cathedral tại Berlin từng công nhiên *cầu thay cho Do thái trước thảm họa của họ*; ngài bị phạt tù hai năm vì lời cầu thay đó, và phải đi 'lao động cải tạo' tại Trại Tập trung Dachau bởi một 'Bài Chưa Giảng' phản bác tin đồn *Do thái Âm mưu Giết hết Dân Đức.*

Quốc xã Đức đang cố tiêu diệt Do thái thì cái tin đồn Do thái trả thù nghe qua cũng 'có thể', nhưng ngẫm lại sẽ thấy nó chẳng hợp ...tình thế bấy giờ, 1941, chút nào. Hai mươi năm về trước, Mật vụ Liên sô cho tung ra một tài liệu *giả* chống Do thái 'có lý và hữu hiệu' hơn nhiều, *The Protocols of the Learned Elders of Zion*: Do thái toàn thế giới cấu kết với nhau trong mưu đồ Thống trị Toàn cầu! (Pamphlet đó vốn do Maurice Joly viết năm 1864 cho Napoleon Đệ Tam, về Chủ trương Thống trị Toàn cầu *của Hoàng đế Pháp này*, không liên quan gì đến Zion hay Do thái – liên quan chút xíu tới *Viễn Đông và An nam*)

Adolf Hitler khởi nghiệp với số vốn học vấn 'không đến nơi đến chốn', lúc đầu 'lỡ' tin vào mớ lý thuyết 'giả khoa học' của mấy nhà khoa học 'thứ thiệt nhưng nửa vời'; đến khi cần có nhiều quân cụ và vũ khí mới, ông phải 'dùng' các khoa học gia 'tạp chủng' vậy (tàu ngầm U-boats, bom bay V-1, hỏa tiễn V-2, ...và nhiều món khác mà ông chưa có người 'thuần chủng', hoặc họ chưa đủ trình độ, để chế tạo cho ông). Ông tự sát với niềm tuyệt vọng tối hậu về Lý thuyết Chủng tộc Aryan: Một 'New People, Aryans' đã qua (đời).

Tự sát với bất cứ lý do nào cũng là bất hợp pháp theo Luật Công giáo. Hai mươi năm sau, trong Công Đồng Vatican II, một chứng nhân của Thời Quốc xã Hitler là Tu sĩ Dòng Tên Augustin Bea người Baden ở Đức, vốn là Đấng Giải tội cho Giáo hoàng Pius XII, phải minh định *lại* một 'New People of God, Catholics' – 1965, *Declaration of the Relations of the Church to Non-Christian Religions, On the Jews*. Ngài có cẩn trọng ghi nhận rằng 'Giáo quyền Do thái và đám đông của họ (ở Jerusalem hồi xưa) *quả thật đã làm áp lực đóng đinh Ki Tô* (đúng ra là *Jesus*), nhưng *không thể* bởi đó mà kết án *bất phân* toàn bộ Do thái đương thời bấy giờ hay là đang sống bây giờ ... cũng *không nên* kết luận rằng Do thái đã bị *nguyền rủa hay là loại bỏ.*'

Liệu như vậy *có nên phân biệt* 'New People cũ' với 'New People mới' hay không? Tại vì quả thật đã có khá nhiều 'new peoples': Jews, Christians, Muslims, ... Mormons, Aryans, ... Davidians, và v. v. Đúng ra *không thể không* dùng 'thuật ngữ chính thống' là *Chosen People(s).*

Phần Ba

DO THÁI
'Không-Do-thái-giáo'

Non-Jewish Jews là thuật ngữ nghịch thường để gợi chú ý. Trong Việt ngữ, Do thái là diễn âm của *Jews (a People, the Jewish People)* một dân tộc, Do thái giáo là diễn ý của *Judaism (the Religion of the Jews)* một tôn giáo. Do thái như một 'Dân' (Judeans) đã 'mất nước' (Vương quốc Judah – Xứ Judea), nhờ có Ezra lập ra Do thái giáo mà tồn tại trong cảnh Lưu đày (Babylonia): Không còn 'Vương quốc và Đền Thánh', Do thái và Do thái giáo cộng tồn như một thực thể bất khả phân, bách hại Do thái cũng là bách hại Do thái giáo ... cho đến khi có 'người Do thái' *tách mình ra khỏi* 'Do thái giáo'.

Người ta lập ra 'Tôn giáo Khác' bách hại Do thái giáo mà không bách hại Do thái: Dân Do thái chỉ việc *chối bỏ Do thái giáo* là xong, chắc ăn hơn thì *cải đạo* là tốt nhất (*Non-Judaic Jews*). Đó là chủ trương 'Trục xuất Do thái giáo' ra khỏi Anh quốc (1290), Pháp quốc (1300), Đức quốc (1350), Tây ban nha (1492), Bồ đào nha (1496), ... mà người ta nhập nhằng nói là *Trục xuất Do thái*. Do thái giữ Do thái giáo thì phải 'bỏ của lại, mang đạo đi', còn muốn ở lại giữ của thì phải 'rửa tội': Đó là Bi kịch Do thái giáo ... thời Trung Cổ.

Sang thời Cận đại, năm 1807 Hoàng đế Napoléon Bonaparte của Pháp cho triệu tập Công hội Do thái (Sanhedrin, lẽ ra *phải có Đền Thánh*) để trưng cầu ý kiến Giáo quyền Do thái: *Judaism* là một *People*, hay là một *Religion*? Đương nhiên, Judaism là một tôn giáo, Jews là một dân tộc; như đã rõ từ đầu Dân tộc và Tôn giáo Do thái là 'Một và Bất khả phân', nhưng ngôn ngữ cả

Pháp lẫn Anh có thể nhập nhằng được và người có quyền thế bấy giờ muốn công nhiên 'tách Tôn giáo Do thái ra khỏi Dân tộc Do thái'.

Quyết nghị tối hậu của Công hội: Judaism là một Tôn giáo, không phải một 'Dân'. Hệ quả đương nhiên là Dân Do thái có quyền 'tự do' theo hoặc không theo Đạo Do thái, nhưng hễ còn ở Pháp thì phải 'trung thành với nước Pháp'. Đó chính là điều Hoàng đế Pháp muốn Do thái minh định, và tiền lệ này sẽ được áp dụng rộng khắp các quốc gia 'dân chủ' Tây phương.

Quốc Xã Đức vào giữa thế kỷ sau đó lại rơi vào cảnh 'độc tài', và cái Chủ nghĩa Quốc Xã của Hitler mệnh danh là khoa học, không phải tôn giáo; trước nhắm 'trục xuất' cả Do thái lẫn Do thái giáo, sau mới đổi thành 'tiêu diệt' *Do thái không phân biệt*: Judaic hay là Christian *Jews*, Islamic hay là Communist *Jews* ... cả German *Jews* cũng vậy.

Do thái đã lưu lạc 'ngoại xứ' hơn hai ngàn năm trăm năm thì dĩ nhiên không có sự 'thuần chủng', dẫu mất sạch nhiều thứ nhưng họ vẫn còn là Do thái ở cái mẫu số chung Do thái giáo. Cho nên Tiêu diệt Do thái xét đến 'cùng kỳ lý' vốn không tàn độc như các xảo thuật Phân hóa Do thái giáo: Đây là cái nguyên ủy khiến Đa số Quá bán Do thái *vẫn còn* phải chịu cảnh Đại Ly tán.

9
DO THÁI GIÁO
PHÂN HÓA

Jesus người Do thái ở Nazareth sinh thời không có thiết lập một hệ phái Do thái giáo nào. Có một thuyết cho rằng số môn đệ thân cận của Jesus, sau thời gian tản lạc bởi vụ 'đóng đinh', đã tập hợp trở lại quanh James là em của Jesus làm thành một nhóm Do thái giáo gọi là *Nazarene Judaism* – lưu truyền lần lượt cho các em khác, Simon và Jude, như một *Jesus Dynasty*. James bị bách hại năm 62, Simon lên thay và dẫn dắt cả nhóm rời Jerusalem lánh nạn tới trấn Pella ở vùng núi xưa là Gilead, năm 66, trước 'Cuộc chiến Do thái I, 66-73'.

Nhóm này chủ trương Jesus là một người Do thái, nhận lãnh Thần linh (*Spirit*) làm con (*adoptive*) của Đấng Tối Cao (*YHVH The Most High*), đến để rao truyền Thẩm quyền Tối thượng (*Sovereign Rulership*) của Đấng Sáng tạo (*YHVH The Creator*) 'ở trong lòng người' – không phải cái 'thiên đường ở trên trời', không nhận sự cai trị của phe 'tế lễ' *Sadducees* đã suy đồi và đang làm ô uế Đền Thánh, cũng không theo phái 'truyền thuyết' *Pharisees* mà đề cao các quan điểm do người ta làm ra.

Đây là *Nazarene Judaism* tuy họ không nhận thẩm quyền của Đền Thánh và giá trị những tế lễ ở đó, phái Essenes ở Qumran cũng chủ trương như vậy. Các Giáo phụ Ki Tô đầu tiên như Irenaeus (thế kỷ 2), Origen (t. k. 3), Eusebius (t. k. 4), ... *đều có biết* nhưng không nhận họ là *Jewish Christianity* vì họ phủ nhận cả Paul lẫn John; Eusebius cho rằng gọi họ bằng tên *Ebionites* là đúng lắm *'because of their poor and low opinions of Christ'*. Từ Hebrew *ebion* có nghĩa là 'nghèo', sự thực phái này tự hiểu mình *'Poor In Spirit'* như Jesus có lần đã giảng dạy, một thứ *'Holy Poverty'* theo Kinh văn riêng của họ (mà người ta gán ghép tên *Gospel according to the Hebrews*, hoặc *Nazarenes*, *Ebionites*) – tản lạc tới Syria, Egypt, ...và thất truyền luôn.

Hiện đại, có một phái *Jewish Christianity đúng nghĩa*: Họ tuân giữ hầu hết các Luật Do thái giáo, đồng thời mong chờ 'Ki Tô, Chúa Cứu Thế, Tái Lâm'. Đa số hệ phái Ki Tô giáo chấp nhận họ với 'một chút dè dặt', nhưng không một hệ phái Do thái giáo nào chịu nhận họ là *Messianic Judaism* – kể cả *Humanistic Judaism* là một dạng 'tôn giáo phi-tôn-giáo' triệt để nhất hạng. Đây là Phong trào Nhân bản Do thái Dân sự (*Secular Humanistic Jewish Movement*) do Rabbi Sherwin T. Wine sáng lập năm 1963 ở Detroit, Michigan: Hoàn toàn Phi tôn giáo; Dựa trên Nền tảng Lịch sử, Văn hóa, Xã hội, và Triết lý của Cộng đồng Do thái Đương thời; Kết hợp với các Giá trị và Mục tiêu của Nhân bản Chủ nghĩa (duy lý và khoa học, cá nhân lẫn tập thể).

Do thái giáo Ezra lập ra từ thời Đế quốc Ba tư, trải các thời Hy lạp–La mã cùng chung bi kịch với Dân Do thái và Đền Thánh II, đã có nhiều hệ phái từ Trước Công nguyên, nay sau 2000 năm phân hóa đến Phong trào Nhân bản.

Chính thống Do thái giáo

Ngay từ đầu các Giáo sư / Học giả Do thái, *Rabbis*, trong truyền thống *Ezra*, đã qui định rõ 'hoặc là-Do-thái, hoặc không-Do-thái' – họ không nhận trường hợp thứ ba *half-Jew* (chỉ mẹ hoặc cha là Do thái) nên không thể có một trường hợp nào khác như *a-quarter-Jew* (chỉ bà hoặc ông là Do thái). Hôn nhân 'ngoại giáo' tuyệt đối phải hủy bỏ và bị cấm đoán, Do thái và Do thái giáo là một thực thể hoàn toàn biệt lập, theo 'Luật Pháp *Moses*'.

Nhưng Luật pháp *của* Moses trong Kinh văn Hebrew áp dụng trên Dân *Israelites* của Vương quốc *Cổ-Israel* với Kinh đô và Đền Thánh *Jerusalem*. Hậu duệ của Ezra, *Pharisees* rồi *Pharisaic Rabbis*, đã phải thiết định *lại* 'Luật Moses' thành *Luật Do thái giáo – Halakhah*. Toàn bộ 613 điều của luật này *đều* do YHVH-God khải thị cho Moses trên núi Sinai, nhưng *chỉ một số* được chép lại trong *Torah* là Sách Luật của Israel xưa. Nay Halakhah là Sách Luật của toàn Do thái, *exact words of God without any human influence*.

Phái 'Ultra-Orthodox Judaism' xác tín như vậy, tự xưng 'Haredi Jews' tức là Do thái Chính tông vì tuân giữ Luật đúng từng chữ một, không như vậy thì không phải là Do thái; họ chủ trương sống cách biệt, không hòa nhập với hoàn cảnh và thời đại, không chấp nhận Do thái *hòa nhập hoặc ít hoặc nhiều*, cũng không nhận các hệ Do thái giáo *Ít Chính thống* và *Không Chính thống*.

Ultra-Orthodox Judaism là Toàn bộ 'Cây Do thái giáo', mỗi hệ phái *khác* có thể là *một cây khác*, nhưng không phải Do thái giáo.

'Hasidic Orthodox Judaism' do Rabbi Israel ben Eliezer (1700-1760), được tôn là Ba'al Shem Tov (Master of the Good Name), thành lập vào khoảng cuối đời khi đã thành danh, rất phổ thông với quan điểm '*intimate connection to God*' qua cầu nguyện liên lũy, giữ Luật vui thỏa, và hết lòng thương yêu; nhờ đó Hasidim (Hasidic Jews) đạt tới *God-consciouness* bằng tấm lòng, không cần nhiều tri thức bởi vì *God's Presence* ở mọi nơi mọi thời.

Nhưng gần như đương thời có Rabbi Elijah ben Solomon Zalman, được lưu danh là Vilna Gaon, đứng đầu nhóm 'phản bác' (Mitnagdim, Mitnagdic Jews) nhấn mạnh tri thức, nghiên cứu duy lý và thâm sâu. Và Rabbi Samson Raphael Hirsch chủ trương 'Modern Orthodox Judaism', *Neo-Orthodoxy*, cho rằng Do thái vừa phải tuân giữ *Do thái giáo Chính tông* vừa phải sinh sống *Hài hòa trong một khung cảnh* không gian và thời gian.

Ngày nay, người ngoài nhìn vào khó thể phân biệt Jews với non-Jews, đa số Do thái mặc trang phục giống mọi người chung quanh, sử dụng các tiện ích hiện đại, ... *không bài xích* các hệ phái Do thái giáo, họ nhận tất cả đều như *những cành nhánh của cùng một cây* – cả *Orthodox* lẫn *non-Orthodox*.

Non-Orthodox Jews

Sau cảnh Lưu đày ở Babylonia, Bi kịch Do thái / Do thái giáo bước sang giai đoạn Tranh chấp Tại xứ với những *Non-Jews* về việc xây lại Đền Thánh; rồi suốt Thời kỳ Đền Thánh II, giới Thẩm quyền Đền Thánh và Đại Công hội (Tế lễ Sadducees) ngày càng suy đồi, nghiêng ngã dưới áp lực các Đế quốc Hy lạp và La mã; cuối Thời kỳ đó, ngay trước khi Đền và Thành Thánh (Jerusalem) bị xóa sổ, một số *Non-Judaic Jews* nổi lên 'Phục sinh Jesus thành *Christ*' để thiết lập *Christianism – Ism của Christian(s)*.

Tôn giáo này tự gọi là *Christian-ity*, diễn âm sơ khởi 'Ki Tô giáo', tự nhận Sứ mạng của Thiên Chúa 'bổ túc và hoàn thành Chương trình Cứu rỗi Nhân loại' bằng cách chế biến Jesus người Do thái ở Nazareth thành ra Thiên Chúa 'nhập thể và nhập thế làm người'.

Do thái và Do thái giáo bấy giờ vẫn còn là Một (cho đến năm 1807, trên nguyên tắc) và vẫn chưa biết phải làm sao cho *YHVH-God* 'thành người' hay là cho người 'thành Thiên Chúa' (cho đến năm 1963, cũng trên nguyên tắc). Nhưng trong thực tế, hơn một thế kỷ trước khi Do thái giáo *chỉ còn* là một tôn giáo, Baruch Spinoza (1632-1677) đã bị Do thái giáo (Chính thống) 'tuyệt thông' vào tháng 7, 1656: Ông không theo tôn giáo của gia tộc hai đời là *Công giáo La mã*, cũng không lập ra một *non-Judaic religion* nào.

Do thái giáo không có lệ tuyệt thông *Non-Judaic Jews*, từ Saul người Tarsus cho tới những *Jews for Christ* ngày nay. Các đấng sáng lập tôn giáo cứ việc suy diễn theo truyền thống '70 cách thích nghĩa Kinh văn Hebrew':

Conservative Judaism chủ trương Kinh văn có Khải thị, nhưng văn bản là do con người viết ra trong nhiều hoàn cảnh và điều kiện khác nhau, *Torah* phải hiểu theo Ý chớ không theo Lời, và *Halakhah* phải thay đổi thích nghi;

Reform Judaism tách biệt Do thái với Do thái giáo, *Torah* do nhiều nhân sự khác nhau làm ra trước rồi sau mới kết hợp lại, *Halakhah* bởi vậy không có cưỡng chế tuyệt đối tuy có nhiều giá trị đạo đức và văn hóa;

Reconstructionist Judaism cho rằng Do thái giáo là một 'Evolving Religious Civilization', không chấp nhận một 'Personified Deity Active in History', và không chủ trương Israel là Tuyển dân;

Humanistic Judaism không phải một tôn giáo, không nhận một Đấng Tối Cao, chỉ là một Chủ thuyết hay Phong trào '*Nhân Bản*': Thoát ly Thần quyền, Tự xây dựng một Cộng đồng Do thái dựa trên Lịch sử và Văn hóa.

Flexidox Judaism do Rabbi Gershon Winkler sáng lập năm 2003, thỏa hiệp với hết thảy mọi hệ Do thái giáo – ngoại trừ hệ *Messianic* của Rabbi Dr. David H. Stern (*Messianic Jewish Manifesto*, Messianic Jewish Movement).

Hai thế kỷ Phân hóa

Do thái giáo chính thức phân hóa khi công khai nhận mình 'chỉ là một tôn giáo' – Công hội Paris, 1807. Từ hơn hai ngàn năm về trước, Dân tộc và Tôn giáo Do thái đã cùng tiến hóa để thích nghi mà tồn tại qua biết bao thăng trầm lịch sử. Nhiều phần tử Do thái đã lạc đạo, suy đồi, gục ngã bên đường, hoặc tan biến theo quá khứ; nhưng Do thái giáo vẫn còn đủ 'lực hướng tâm' để duy trì một hiện tượng độc đáo, *Diaspora Jewry*.

Từ bỏ quan điểm cổ truyền 'peoplehood' và niềm ước ao cố hữu 'national aspiration', Do thái giáo tự phân hóa ngay trong nửa đầu thế kỷ 19 thành cái gọi là *Reform Judaism*, 1810 ở Đức và 1818 ở Mỹ, mất dần ảnh hưởng trên Dân sự Do thái, Luật Do thái giáo không còn cưỡng chế tuyệt đối như trước. Nhiều người chưa chịu thấy như vậy là phân hóa, cho đến khi *Reconstructionist* Judaism, *Renewal* Judaism, và *Humanistic* Judaism, 1963, lần hồi loại trừ các yếu tố siêu nhiên trong Kinh văn Hebrew, và chối bỏ luôn một *Personal God*: Không có Đấng Tối Cao (duy nhất) *với một* Tuyển Dân.

Dĩ nhiên phản ứng từ phía Chính thống, Bảo thủ, và Tân Chính thống phải là mãnh liệt. Nhưng Dân sự Do thái một khi đã thoát quyền của họ rồi thì chẳng những không quay lại mà ngày càng tiến tới xa hơn; cuối thế kỷ 19

Phong trào Tái lập Israel *Zionism* đã đủ mạnh để họp Đại hội I, 1897, ở Basel Thụy sĩ. Bất chấp mọi chống đối *anti-Zionist* của các phái *Neturei Karta* (Guardians of the City), *Satmar Hasidic* Judaism, ... họ không tin một *Messiah* nào sẽ đến: Tự chính mình, họ đã lập được Quốc gia Israel, 1945.

Như vậy đã rõ là cuộc trở về *The Fathers' Land* không phải vì lý do tôn giáo, đầu thế kỷ 19 Do thái giáo tách khỏi Dân sự Do thái thì giữa thế kỷ 20 Dân sự Do thái bất chấp Do thái giáo, Quốc gia Israel *hoàn toàn là dân sự* (secular): Nhiều nhất cũng chưa đến *15%* các yếu tố mọi dạng Do thái giáo có thể ảnh hưởng trên sinh hoạt quốc gia. Hiện tượng nghịch đảo này thực sự đã khởi nguồn từ một số *rất ít* Dân sự Do thái, trước là *non-Orthodox* rồi đến *non-Judaic*, nói gộp một cách nghịch thường là *non-Jewish*.

Non-Jewish Jews, thuật ngữ nghịch thường của Isaac Deutscher (*The Non-Jewish Jew*, OUP, New York, 1968), danh tiếng toàn thế giới, có thể đếm được trên đầu ngón tay: Baruch Spinoza (1632-1677), Karl Marx (1818-1883), Leon Trotsky (1879-1940), Rosa Luxemburg (1871-1919), Vladimir Jabotinsky (1880-1940), Sigmund Freud (1856-1939), Albert Einstein (1879-1955), ... Nhưng chưa có một thống kê hay ước định nào đáng tin cậy về *một đa số Do thái* đã và đang bị Do thái giáo Chính thống 'làm thất lạc nhân danh mấy Giáo điều Cổ truyền dựa trên Huyền thoại và Không tưởng'.

10

Kinh văn Hebrew

The Jews of the Second Temple period, 539-BCE to 70-CE, might be called Hebrews, improperly, rather Judeans as being actually back into Judea, but successively under the Persians, the Greeks, and the Romans. It was chiefly they who collected, edited, arranged, and combined the ancient scriptures of their ancestors, the Hebrews and the Israelites proper.

The compilation was to be later re-edited, re-arranged, 'completed', and 'canonized' by the next generations of their descendants, the Diaspora Jews proper, sometime from the ending of the First century CE to the beginning of the Second, maybe before the Second Jewish War, 132-135 CE.

The Hebrew Scripture claimed itself to have begun since Moses' time, c. 13th century BCE, but is estimated to be originated in King Solomon's peaceful and prosperous days, c. 10th century BCE, out of previously existing oral traditions and maybe written scripts.

A thousand years or so had passed for the people 'from the other side of the river' to make their history and put it into writing; another thousand would be needed for their scriptures to become sanctified.

According to Flavius Josephus, the Palestinian Jew and historian of the time, the Palestinian canonized Hebrew Scripture included only 22 Scrolls 'as there were 22 consonants in the Hebrew Alphabet, and in Psalm 119, 22 parts annotated from *aleph* to *tau*'.

The canonized Scrolls were 'to be composed *during the period from Moses to Ezra* [thus excluding *Daniel*] with a *certain objective sacred quality*' [thus excluding *Song of songs*]. So, the 22-Scroll Scripture's contents *were*:

The *TORAH* – Instruction, Law

1	Genesis	2	Exodus	3	Leviticus
4	Numbers	5	Deuteronomy		

The *NEVIIM* – Messengers, Prophets

6	Joshua	7	Judges	8	Samuel	9	Kings
10	Isaiah	11	Jeremiah	12	Ezekiel	13	The Twelve:

Hosea, Joel, Amos, Obadiah, Jonah, Micah, Nahum, Habakkuk, Zephaniah, Haggai, Zechariah, Malachi.

The *KETHUVIM* – Writings

14	Psalms	15	Proverbs	16	Job
17	Ruth	18	Lamentations	19	Ecclesiastes
20	Esther	21	Ezra – Nehemiah	22	Chronicles

Ảnh hưởng Văn hóa Hy lạp

Văn hóa Hy lạp phát triển mạnh từ giữa thế kỷ 5 – TCN, Triết lý Hy lạp khởi sắc với đường hướng mới của Socrates – Aristotle – Plato thường được coi là khởi thủy của Triết học Tây phương. Alexander người Macedon đã theo học và say mê Aristotle trước khi nổi lên (năm 336) lập ra Đế quốc Hy lạp hùng mạnh suốt nửa đầu thế kỷ 4 tuy Đại đế chết sớm (năm 323).

Phó vương Ptolemy I chiếm lấy Egypt, xưng đế và đóng đô ở Alexandria, đưa thêm tù binh và nô lệ Do thái từ Judea đến, phát triển Alexandria thành *Trung tâm Diaspora Jews* lớn nhất đương thời (tồn tại cho tới năm 642 – CN).

Cộng đồng Do thái ở Alexandria (trang 58–59) rất phồn thịnh và được trọng vọng, đa số nói tiếng Hy lạp và các thế hệ sau lần hồi quên mất Hebrew – có thuyết cho rằng bản dịch *Hy văn Septuagint* 'gọi là' của Kinh văn Hebrew nhắm thành phần đối tượng này.

Nhưng theo lịch sử, Ptolemy II (285-246 BCE) xuống lịnh cho Cộng đồng làm ra Văn bản *Septuagint* 'để làm giàu *thêm* cho Đại Thư viện

Alexandria'. Từ Hy văn đó chính nghĩa là 'Bảy mươi' về sau mang ký hiệu số La tinh LXX, nhưng truyền thuyết kể rằng: Bảy mươi *hai* học giả Do thái được tuyển làm công việc 'dịch thuật riêng rẽ' trong *72* ngày, kết quả là *72* bản Hy văn 'y hệt nhau' – 'như một' – có thể kết quả đó chỉ là Phần Một, *Pentateuch*, 'Năm Sách *của* Moses'; hai Phần còn lại cần thêm *nhiều năm* nữa sau Ptolemy, đầu thế kỷ 3 và có thể cuối thế kỷ 2, để phân chia lại thành *ba hoặc bốn* phần (như *Sử Ký – Tiên Tri* – ...) và nhất là để *bao gồm thêm* nhiều 'sáng tác mới' (cái nào không *xen thêm vô* các Phần cũ, hoặc không *bổ túc cho* các Sách cũ được, thì xếp trong *Phần Apocrypha* mới chế đặt ở cuối *Septuagint*). *Esdras 1 – 2 – ...* là những 'Sách' không có trong Kinh văn Hebrew; Sách *Esdras 2* chép rằng Ezra đã cho công bố *24 Sách Thánh*, đây là nền tảng suy diễn ra cái 'Alexandrian Canon': *Songs of Solomon* được công nhận *thêm*, không phải như 'tình ca nam nữ' mà 'ám chỉ Thiên Chúa thương yêu Giáo hội'; cũng vậy, *Daniel* được 'nâng cấp lên' như một *prophet* (Phần 2: Prophets) không còn là một *writer* (Phần 3: Writings) viết giả tưởng về 'đời sống sau này, thân xác sống lại, phán xử sau cùng, thiên đường địa ngục, ...'.

Cuối thế kỷ 2 – CN, Kinh văn Hebrew thành định chuẩn với *24 Sách* (Torah, 5 Sách; Prophets, 8 Sách; và Writings, 11 Sách). Flavius Josephus (trang 63 – 65) sống những năm cuối đời và chết ở Rome vào cuối thế kỷ 1, không được biết *Hai Sách Xen Thêm* vào Palestinian Canon (có thể định ra ở Jabneh năm 90, ông đã nói đến năm 93).

Hơn 300 năm sau nữa, Kinh văn Hebrew – đúng ra là bản *Hy văn Septuagint* – phải đổi gọi là *Cựu Ước*, biến thành 'phần dẫn nhập' tới *Tân Ước*, xuyên qua 'phần tiếp chuyển Apocrypha' ở giữa gồm những Sách của Septuagint 'đã xen không được' vô Kinh văn Hebrew: Từ giữa thế kỷ 5 – CN, Kinh Thánh (*Holy Bible*) gồm có 3 phần là: *Old Testament – Apocrypha – New Testament*.

Yếu tố Nhân văn

Quá trình định chuẩn các kinh văn (*canonization of scriptures*) cho thấy rõ yếu tố nhân văn trong Do thái giáo, quyết định chuyển biến từ Do thái giáo sang Ki Tô giáo trong hai thế kỷ đầu tiên của Công Nguyên (kỷ Nguyên mới theo Công giáo). Ở một nơi xác định, vào một thời xác định, *mỗi một* tôn giáo tự xác định bằng cách *tuyển lựa kinh văn* trong số văn bản hiện có, hiệu đính và dịch thuật nếu cần, rồi dựa theo đó mà *sáng chế kinh văn* thêm cho đủ dùng – khi nào thấy thiếu mà không muốn *sáng chế tiếp* thì tự đặt ra mấy cái kêu là *creeds, articles, ... of faith*. Rất dễ dàng và tiện lợi.

Có một 'văn bản' tựa là *Daniel*, xuất hiện khoảng *165 – TCN*, đương thời Antiochus Epiphanies bách hại Do thái giáo (trang 59). Chuyện kể *về* thanh niên Daniel, _dny'l_, thời Đế quốc Babylonia: Nebuchadnezzar tuyển lựa Daniel và mấy thanh niên tài giỏi khác của Judea, bắt đem đi phục dịch vương triều ở Babylon năm _605_ – TCN; năm 603 Daniel giải 'đúng' mộng cho Vua nên được Nebuchadnezzar và các vua sau trọng dụng, suốt thời Babylonia sang đầu thời Persia với Vua (đúng ra là _Cyrus 539_) Darius (522–Nhầm lẫn lịch sử: '... _vua Babylonia là Belshazzar chết ... Darius người Media chiếm ngôi_'; Nebuchadnezzar 605 – 562, Amel-marduk 562 – 560, Neriglissar 560 – 556, Nabonidus 556 – _539_, _Belshazzar_ là con của Nabonidus và không có bao giờ được làm vua; Cyrus diệt Media và lập Persia năm 550, diệt Babylonia mà chiếm Judea _năm 539_, rồi chết năm 530; Cambyses 530 – 522, rồi mới đến Darius người _Persia_ 522 – 486).

Văn chương nhầm lẫn về lịch sử như vậy vốn chỉ là chuyện nhỏ. Nhưng một Sách mệnh danh là Thánh mà nhầm lẫn cỡ đó thì quả là _phạm thánh_, huống hồ _Daniel và ba bạn thanh niên_ nhắm 'làm chứng các phép lạ _đã_ giải cứu họ khỏi _lò lửa cháy phừng phừng nóng hơn bình thường gấp bảy lần và hầm sư tử_, để họ _nói trước mấy khải tượng và lời tiên tri được thiên sứ Gabriel giải thích cho_'. Chuyện kể dùng văn tự Aramaic (chương 2 – 7); mở đầu, khải tượng, và tiên tri bằng Hebrew (1, 8 – 12); không có minh định tác giả: Bản Hy văn Septuagint cho rằng đó là Daniel ở thế kỷ 6 – 5 TCN, Sách Thánh _của_ Daniel _xen giữa hai Tiên tri_ Ezekiel và Hosea, chính Ezekiel đã đặt _Daniel_ giữa Noah và Job (nhầm lẫn văn tự: _Danel, dn'l_, không phải _dny'l_).

Cho nên Kinh văn Hebrew, trước ở Jabneh (90–93 CN) không chấp nhận sách _Daniel_, sau ở Usha trong thế kỷ 2–CN nhận nó như là Văn phẩm của nửa sau thế kỷ 2–TCN (c. 165) _viết về nhân vật Daniel xưa_ và cho _xen giữa hai Writings_ Esther và Ezra–Nehemiah. Nhưng như vậy thì tác giả của _truyện Daniel_ đâu cần thiên sứ Gabriel giảng về _các vua của Media và Persia, đế quốc Hy lạp và bốn vua sau đó_ (Media 680–550, Persia 550–336, Hy lạp 336) – mấy khải tượng và lời _tiên_ tri viết ra _sau_ những biến cố lịch sử đó nhắm chủ đích 'khải thị sự sống lại và sự sống đời đời _Của Thân Xác_'.

Yếu tố Siêu nhiên

Sách _Daniel_ không bao giờ được kể vào hàng _Neviim_, Tiên tri – đúng ra là Thừa sai, _Messengers_, những _người_ thừa hành 'làm và nói theo lệnh'. Đấng Tối Cao _YHVH_ ban cho họ 'thần linh, _spirit_' và sai họ mỗi _người_ một _việc_ ở một nơi vào một thời xác định; Yếu tố nhân văn nơi họ biến thiên theo _bản tính người_ của họ. Mà con người thì không thể không thay đổi theo thời gian và trong không gian, với toàn bộ _hạn định của bụi đất – dust of the ground_.

Nguyên thủy, cả hai *tôn giáo* Do thái và Ki Tô đều 'phủ nhận yếu tố nhân văn trong kinh bản của mình' và đã dẫn đến các mâu thuẫn không sao lý giải nổi, hoặc phải chấp nhận hoàn toàn bằng 'thuần đức tin', *faith alone*, hoặc có thể phủ nhận luôn cả tôn giáo – thường là với *một hay nhiều tôn giáo khác*, cho đến chỗ cực đoan là từ bỏ (và có thể chống đối) *mọi tôn giáo*. Hiện tượng này gọi là 'Phân hóa', một dạng 'Bi kịch', tôn giáo.

Kinh văn Hebrew minh định từ đầu rằng *Con người là Bụi đất*, nhưng không có nói 'con người *chỉ là* bụi đất. Ở đây phải làm sáng tỏ một điều căn bản e rằng đã bị 'diễn nghĩa' sai lạc suốt mấy ngàn năm qua: Con người vốn là 'bụi lấy từ đất', ngày càng trưởng thành với các tích lũy từ nhiều nguồn gốc khác; '*trở về bụi*' là mất sạch mọi tích lũy đó, vẫn còn sống mà coi như đã chết, hoặc không còn sống đích thực trọn vẹn mà vẫn chưa chết; hoàn toàn khác với '*trở về đất*' là đã thực sự chết rồi, cũng hoàn toàn khác với mọi con vật 'chỉ là bụi đất' – không được cho thêm Yếu tố Siêu nhiên *Spirit of Life*.

Thân xác muôn loài, cả người lẫn vật, đem phân tích thì thấy một số nguyên tố vật chất trong bảng phân loại tuần hoàn Mendeleyev; nhưng cho đến nay vẫn chưa có ai tổng hợp được một con người, từ các nguyên tố hoặc từ các hợp chất đã tổng hợp được, cả vô cơ lẫn hữu cơ như methane, ammonia, ... Cho dù một ngày nào khoa học sẽ tổng hợp ra 'con người' thì đó cũng chỉ là 'chế tác' hay 'sáng chế', không phải 'sáng tạo'; thụ tinh trong ống nghiệm, thụ thai nhân tạo, ... cho đến kỷ thuật 'cloning' hiện đại, tất cả mới chỉ là 'chế tạo' với các 'vật chất vốn đã có sẵn'.

Từ 'nguyên lý bảo tồn năng lượng' rất dễ hiểu người ta suy rộng rằng 'Vật chất không được sáng tạo, không bị hủy diệt, chỉ biến đổi trạng thái'; nói cách khác, cũng như năng lượng vật chất là 'tự hữu, nhưng không hằng hữu'. Nhờ Albert Einstein, người ta lại biến đổi được vật chất ra năng lượng: 'Vật chất Tự hữu' đã trở nên một thứ 'thượng đế'.

Vật chất, nói văn hoa là bụi đất, bao gồm cả 'bụi vũ trụ' đã lạc tới đất này, trong khoảng mươi mười lăm *tỉ* năm qua theo thuyết 'Big Bang'. Bụi đó chẳng những 'tự hữu' mà còn tự chứa 'mầm sống', từ đâu đó trong vũ trụ bốn năm *tỉ* năm về trước, để khi tới đất này khoảng vài *vạn* năm qua đã 'biến hóa và tiến hoá' thành sinh vật rồi con người theo môn Sinh học 'chủ tiến hóa'. Thế nhưng con người tuy vốn là một con vật, nhưng không phải chỉ là một con vật, bởi vì có một cái gì đó ngoài 'mầm vật chất nguyên thủy' cho một 'vũ trụ Big Bang', và một cái khác nữa ngoài 'mầm sống nguyên thủy' cho một 'loạt Tiến hóa hàng chục tỉ năm'.

Cho dù một ngày nào khoa học sẽ thực nghiệm được cả hai cái 'mầm nguyên thủy' đó thì vẫn còn 'cái không thể thực nghiệm được' – mà đến nay các nhà 'giả khoa học' vẫn còn phủ nhận: Cái gì 'không thực nghiệm được' thì 'không có'! Trái đất không có chuyển động cho tới Copernic; Sự lên men và các bệnh hoạn là ngẫu sinh, không có vi khuẩn và vi trùng cho tới Pasteur! Người ta còn có ít nhất *mười tỉ năm nữa* để thực nghiệm và 'sáng tạo lại' những cái gọi là mầm vật chất và mầm sự sống, theo ba cái 'mẫu vũ trụ' của thuyết Big Bang. Giữa thế kỷ 20 người ta đã thực nghiệm mầm sự sống, đầu thế kỷ 21 người ta mới bắt đầu thực nghiệm mầm vật chất bằng cái mẫu vũ trụ 'thu hẹp' ở Âu châu – đồ án sau không tạo ra được cái 'big bang nhỏ' theo dự trù nên cũng tạm ngưng, hy vọng không quá lâu như đồ án trước.

Trong khi chờ đợi, ở đây phải nhắc nhở rằng Thuần lý Khoa học Toán có những 'giả định không chứng minh gọi là Định đề', từ đó nhiều Hệ thống Toán học đã được xây dựng. Thuyết lý Big Bang và Tiến hóa xây dựng trên những mầm nguyên thủy cho tới nay vẫn còn chờ được thực nghiệm, cũng là một dạng Định đề nhưng đổi gọi 'Nguyên lý', xưa coi như 'không thể' thực nghiệm được mà nay vẫn còn là 'chưa thể'. Vậy thì nếu muốn *cũng có thể* coi 'YHVH–Spirit' như một dạng Định đề ... khác biệt ở chỗ 'không thể nào, chẳng bao giờ' chứng minh hay thực nghiệm gì được.

Kinh văn Hebrew không có chỗ nào vớ vẩn 'chứng minh sự hiện hữu của Thượng đế' hay là 'thực nghiệm quyền năng của Đấng sáng tạo'; bản Việt văn 1911 có một thuật ngữ quá hay '*Tự Hữu–Hằng Hữu*' để chuyển ý câu Hebrew *Eh 'Yeh asher Eh 'Yeh*, 'I Am that I Am', YHVH trả lời Moses. Trong vũ trụ, nhất là vũ trụ vật chất, chẳng có một cái gì 'hằng hữu', và chỉ có hai cái 'mầm nguyên thủy' vừa nói trên được <u>giả định là tự hữu</u>. Khi Moses hỏi *Personal Name* của Đấng sai phái ông đi giải cứu Dân Israelites ra khỏi ách nô lệ ở Ai cập, Đấng đó đáp: *Eh 'Yeh* (Ta Là) *asher* (như) *Eh 'Yeh* (Ta là) – Ta là Đấng Tự Hữu. Cách chuyển ý này hay nhất trong số 70 hoặc 72 cách có thể dùng được; vậy nếu bạn không tin Đấng Tự Hữu (-Hằng Hữu), bạn có toàn quyền tự do tin hoặc không tin cái Mầm Vật chất Tự Hữu (-Tiến Hóa).

Eh 'Yeh cùng gốc Hebrew với *YHVH* nhưng không cùng nghĩa. 'Ta Là' hay 'Ta Tự Hữu' chưa diễn hết ý của *Personal Name YHVH*, dường như còn bao hàm *thêm* nghĩa 'vô hạn trong cả không gian lẫn thời gian' nên có sự 'Hằng Hữu' ... cùng với 'vô hạn ý nghĩa loài người không sao tham thấu hết'. Sách đầu tiên trong Kinh văn Hebrew, *Sáng thế ký*, gọi là *của* Moses, *đã* có ghi *YHVH Đức Chúa Trời sáng tạo vũ trụ* (lần 1), lần 3 chép nguyên ý như vầy: *YHVH Đức Chúa Trời formed <u>human</u>* (adam, loài người) *of the <u>dust</u>*

taken out of the ground (từ bụi đất); *He breathed into the human's nostrils the* Spirit of Life *and the human became* Spiritly Living.

Ở đây hiểu nguyên ý như vậy, nhưng trong số 70 / 72 cách *có thể giải nghĩa* đã có nhiều nhầm lẫn như sau. 'Thiên Chúa nắn ra Adam bằng đất sét, chưa có sự sống cho tới lúc nhận được *hơi thở* qua mũi', *như là* Thiên Chúa chơi trò hình tượng, hoặc *làm như thể* một nhân viên cứu sống nạn nhân theo cách *mouth to mouth*. Thiên Chúa *không có hà hơi thở* cho Eva với muôn loài cầm thú, người nữ này và mọi sinh vật đều '*chỉ là tượng đất sét*' hay sao?

YHVH không có làm hình tượng, mà làm 'vật chất có sự sống' tức là *Nephesh*–sinh vật; loài người cả nam lẫn nữ là loại sinh vật đặc biệt, được ban cho *Neshamah*–Linh khí, Spirit, có chỗ ghi *Neshamah-Ruah* để chỉ rõ 'nguồn gốc của *Neshamah* là *Ruah*'. Cho dễ hiểu, Jesus nói *God is Spirit* trong nghĩa *Ruah*, và bảo dân Samaritans *Worship God in Spirit* trong nghĩa *Neshamah*. Bởi vì nghĩa đen của hai từ Hebrew đó là 'gió, *wind*' và 'hơi / thở, *breath*' nên dễ có sự nhầm lẫn; nhầm lẫn sơ khởi *breath of life* với *Spirit of Life* đã dẫn đến nhầm lẫn *bodily life* với *Spiritly Life*, và *bodily death* với *Spiritly Death*.

Nephesh là sinh vật, nói chung cả người lẫn thú; loài thú phải thở để sống, hết thở thì chết 'trở về đất'; loài người cũng vậy, nhưng có người được nhận *Linh khí–Spirit of Life* để 'sống thuộc linh', mất Linh khí thì 'chết thuộc linh' tức là 'trở về bụi' – chưa trở về đất, có thể gọi là *dust off the ground*, vẫn còn 'sống thuộc thể' có khi rất lâu và thường khi rất sung túc nữa. Eva và Adam không tuân giữ Giao ước với YHVH, đâu có 'return to the ground on the day', chỉ *phải return to dust certainly* ngay trong ngày theo đúng Giao ước

> *"In the sweat of your face you shall eat bread **till you return to the ground**
> out of which you were taken;
> Dust you are, **you are to return to dust**."*
> Genesis 3:19

The scriptural Hebrew **'adam'** was meaning first 'humankind as a whole'
and second 'a human, an individual'
before becoming the personal name of the first man Adam.
It is a kind of acronym for 'efer' meaning **dust** and 'dam' meaning **blood**,
and the derivative from **'adamah'** meaning **ground**.
(II-12. From the Big Bang ..., page 138)

I am neither theologian nor scientist. A mere human born of humans,
I have been studying sciences well before the Hebrew Scripture,
by exactly forty years to be accurate.
For the last seven years abroad, then ten years in Australia,

I have found not a single thing scientific contradictory to
'my flesh being made of the dust taken out of the ground'.
How? I do never know; Scientists could have known already,
or will be knowing in some future.
Why? I also do never know; Theologians would have been ready,
everyone with one's own answer quite definite and decisive.
(Afterword, page ix)

The earliest to be known statement that was quite materialist is that:
*"YHVH-God formed an **adam** from the **dust** taken **out of the ground**"*.
Another 'adam' might have been 're-created' in a 1953 laboratory
from a mixture of methane, ammonia, hydrogen, and water …
were Stanley Miller able to get those 'miraculous historical accumulations'
of recipes for, and conditions of, 'Life at its Origin'.
Half a century has since come and gone
with so many theories 'in then out of fashion' on the origin of Life:
from amino acids the building blocks of proteins;
through nucleic acids the basis for protein synthesis and genetic
transmission;
to ribonucleic acids the 'single-strand self-reproducing' molecules;
then some 'simpler-than yet dissimilar-from' the ribonucleic acids
—now being no longer under the prebiotic conditions
according to the actual postmodern biochemistry.
Would it sometime be somehow resolved whether or not
scientists could ever know precisely when and how 'life began on earth'?
(II-10. From time-reckoning …, pages 128-129)

Giao ước Thiện–Ác

*"Ngươi được **tự do** ăn mọi trái cây trong vườn*
*ngoại trừ trái của cây '**Nhận định Thiện–Ác**';*
*Ngày nào ngươi ăn trái đó thì phải **chết chắc**".*
*"Of every tree in the garden you may **freely** eat, but of the tree '**Knowledge of**
Good and Evil' you shan't – for **in** the day you eat of it you shall **surely die**."*
Genesis 2:16-17

Trước hết đây là Giao ước, không phải Mệnh lệnh. Luận lý nội tại khởi nguồn
từ căn bản Tự do, toàn vẹn và tuyệt đối. *Nếu là* Mệnh lệnh: Cấm ăn trái của
Cây ... Phải ăn trái của Cây ...; nhưng đây là Giao ước: *Nếu ... Thì* .... Với Tự
do làm căn bản, ta có toàn quyền tuân giữ hoặc không tuân giữ Giao ước.

Giao ước này có nội dung là Thiện–Ác, không phải Nhận thức. Từ
'nhận biết' đến 'quyết định' một điều là Thiện hoặc là Ác, trong thực tế

thường rất nhanh chóng dễ dàng theo thói quen; nhưng trên nguyên tắc tổng quát thì không bao giờ như vậy, huống hồ trong Kinh văn Hebrew từ *biết, hiểu, thấu hiểu, ...* mang nội dung thâm sâu không có trong mọi ngôn ngữ văn tự khác; như khi Adam *biết* Eva, Cain *biết* vợ mình, từ này mang ý nghĩa 'chiếm hữu', ở đây diễn ý nhẹ hơn một chút là *Nhận định Thiện–Ác*, có thể hiểu là 'quyết định' hay 'phán đoán' nhưng không thể dùng chữ *biết*.

Xưa nay người ta vẫn 'dịch thuật' là *biết*, coi nhẹ nội dung *thiện ác* đến mức loại bỏ nó luôn: Thiên Chúa không muốn loài người *hiểu biết* – "as distinct from beasts, humans are *intelligent* because, against the *command* of God, they obtained and ate *magic fruit from the* **Tree of Knowledge**, thus gaining **knowledge** that up to that time had been a *monopoly of divinity, not intended for humans* ... the antonyms 'good and evil' means '**everything**' here and humans share with God his divine prerogative ... the **faculty of universal knowledge** ... whereas animals in their **blissful ignorance** *know nothing*.

Có thật Thiên Chúa 'ban phước' cho loài vật được ngu dốt? Có thật loài vật 'chẳng *biết* chi cả'? Có thật 'ngu si hưởng thái bình'? Mấy ông học giả / giáo sư của tôn giáo đó *muốn và suy diễn ra* tôn giáo ngu si của mình. Kinh văn Hebrew không có ngu si đến như vậy, *Dụ ngôn về Thiện–Ác chỉ Giao ước rằng Con người, vì không thể nào trở thành Như Đấng Sáng Tạo YHVH mà Nhận biết và Quyết định điều Thiện điều Ác, cho nên 'Ngày nào ngươi Nhận định Thiện–Ác NHƯ YHVH thì ngươi chắc chắn phải chết'*: Adam và Eva không tuân giữ Giao ước, 'họ *mở mắt ra, nhận biết mình đã làm điều ác NHƯ YHVH PHÁN ĐOÁN, quyết định lấy lá che thân và LÁNH MẶT YHVH*'. Mắt của thân xác họ há chẳng đã mở từ đầu để 'thấy sự trần truồng'? Sau hành vi 'bất tuân' thì 'mắt thuộc linh' của họ mới mở ra, nhận biết điều ác cùng với sự xấu hổ, bởi đã bất tuân – không phải vì sự trần truồng vốn dĩ từ đầu. Họ đã muốn tự che đậy và lánh đi thì YHVH Đấng Sáng tạo còn giúp áo xống và cho họ rời khỏi: Thân xác họ *không có chết trong ngày*; nhưng họ *không còn 'thuộc linh' nữa*, đây là sự chết *chắc chắn và lập tức khi bất tuân*.

Không có một Giao ước minh thị về *Trái cây Sự sống*, truyện chỉ có 'ẩn dụ' là: *Nếu vâng lời YHVH, tuân giữ Giao ước với Đấng Tối Cao, thì có sự sống thuộc linh đời đời* – thân xác 'vốn chỉ là bụi *của* đất, phải trở về đất' không có sự đời đời. *Vì Eva và Adam bất tuân nên họ phải 'trở lại thành bụi, ra khỏi vườn Eden ... không hái được Trái cây Sự sống ... cho đến ngày trở về đất'*. Cain và Abel là hai con trai của họ; Cain nhận được Giao ước này: Nếu ngươi làm *Thiện* thì được *Chấp nhận*, bằng không *Điều Ác* rình đợi ngươi đó; 'Ngươi *NÊN* sửa trị *Điều Ác*' là một *Lời khuyên*, không phải *Mệnh lệnh*.

Cain không tuân giữ Giao ước, cũng chẳng làm theo Lời khuyên, nên phải '*ra khỏi YHVH's Presence*, lang thang trên đất *ở phía Đông vườn Eden*'. Cain chịu trách nhiệm về sự lựa chọn *tự do* của chính mình, không phải về cái gọi là 'tội nguyên tổ', cũng không có 'chết trong ngày mình bất tuân'. Rời khỏi vườn Eden, Ra khỏi Hiện diện của YHVH, ... nhiều thuật ngữ như vậy để diễn tả sự *chết thuộc linh, đánh mất Spirit of Life* – không phải những cái thiên đường, địa đường, ... gì đó của mấy tôn giáo.

Cho nên, như thể 'Không ăn Trái cây Nhận định Thiện Ác' là ẩn dụ của sự *Không Nhận biết và Quyết định <u>Như YHVH</u> về điều Thiện và điều Ác* (nguyên lý Ethical Monotheism); thì 'Trái cây Sự sống' là ẩn dụ của *Spirit of Life – Obedience to YHVH – Observation of Covenant*, không phải 'cây' nghĩa đen có trái hay là hoa, lá, rễ, củ, ... nhiều tôn giáo đã 'tìm không thấy' ở mấy cái địa đường của họ, nên vẫn đang còn 'phải hứa hẹn' ở một cái thiên đường nào đó ... vẫn trên trời hoặc *sẽ đem xuống đất*:

"If we examine the story in Genesis objectively, we see that it is not so much an account of the *Fall of Man* but rather of the *Rise of Man <u>Halfway to Divinity</u>*. He obtained one of the two *Prerogatives of the gods, <u>Intelligence</u>*; but he was checked from obtaining *<u>Immortality</u> ... by eating of the Tree of Life*
(No Amen Possible)

"The Holy City *New Jerusalem* (will be) coming down out of Heaven from God ... The *Tree of Life* (therein, will be) bearing twelve fruits, yielding its fruit every month, and its leaves (will be) for the *healing* ... There shall be *No More Death* ... *No Temple* ... but a Pure River of the *Water of Life*".
(Amen. Amen. Amen. Amen. And Amen)

Về mặt đạo đức, loài người đã tự nâng mình lên hàng *Thượng đế* lâu rồi, một cá nhân cũng như mỗi tổ chức tôn giáo: Ai cũng tự 'Làm Chúa' mà đoán định điều nào là *Thiện* và điều nào là *Ác*; Tôn giáo nào cũng tự 'Làm Ra Chúa' *theo hình ảnh và ý muốn mình*, phê phán mọi tôn giáo khác là *Tà* là *Lạc* .... Nhưng về tri thức thì không có như vậy.

Ngay đầu thập niên 1980, người ta đã *biết* rằng phần vũ trụ 'chưa đạt tới được' chiếm hơn 95%, và *hy vọng* cải tiến vượt bực cả khoa học lẫn kỹ thuật để có thể đạt tới khoảng 90% vào năm *<u>2200</u>*, 10% còn lại 'sẽ phải lần hồi *tìm hiểu với tốc độ chậm dần over the next few <u>millennia</u>*', có người e rằng một số % nào đó 'sẽ chẳng bao giờ đạt tới' – *never accessible*.

Đó là các Khoa học Vật chất và Vũ trụ. Các Khoa học Sinh vật và Nhân văn tiến triển ra sao từ cái *Bio-Chemistry* của đầu thập niên 1950? Vậy thì loài người đạt được cái *Divine Intelligence* hồi nào? Dường như mấy học giả / Giáo sư của tôn giáo đó *muốn ẩn dụ* những thứ *Divine Inspiration, Divine Revelation, Divine Visions, ...* của chính tôn giáo mình; vài 'kết quả':

"Chúa sáng tạo Người *vốn là Immortal*, Người phạm tội nên phải *thành Mortal*, Dòng dõi Người bị di truyền *Mortality* bởi 'tội nguyên tố';

"Chúa sáng tạo Người *vốn là Mortal*, ban cho Trái cây Sự sống nếu ăn thì *thành Immortal*, Người phạm tội nên bị đuổi khỏi và cấm cản trở lại Cây;

"*Ngày của Chúa* là Một Ngàn Năm trong cõi người ta, Adam hưởng thọ *930 tuổi* (của người) và chết *trong vòng Một Ngày* (của Chúa).

Rằng hay thì thật là hay!

Nhưng mà Kinh văn Hebrew, hoặc không có ghi như vậy, hoặc không có gán ghép gượng gạo như vậy. Yếu tố Nhân văn đã thấy hiện quá rõ trong việc định chuẩn *Sách về Daniel* mà coi là *Sách của Daniel*; ở đây, *Sách đầu tiên* trong *Năm Sách của Moses*, e rằng Yếu tố Nhân văn đó còn ảnh hưởng trầm trọng hơn khi người ta 'diễn nghĩa', *theo 70 cách khác nhau mà cùng đúng cả*; đặc biệt với *Sách thứ năm của Moses*, chương cuối *Về sự Chết và Chôn Moses*.

11

Dân Du mục
CỔ-HEBREWS

"Get out of your country,
From your relatives and your father's house,
To a land I will show you."
Genesis 12:1

Abram người xứ Chaldea, sinh tại Ur (chương 11) và *đã được YHVH đem ra khỏi Ur* là quê hương đó (chương 15); Abram là anh cả, lấy em gái cùng cha khác mẹ là Sarai làm vợ, nhưng chưa có con; em út tên Haran có ba con (Lot, Milcah, Iscah) và đã chết ở Ur; em giữa tên Nahor lấy Milcah là cháu mình làm vợ. Cha của họ là Terah, không rõ lý do, cũng không rõ thời điểm, *đã đem Abram và Sarai cùng với Lot* bỏ vùng canh tác trù phú miệt hạ lưu Lưỡng hà Euphrates–Tigris, ngược lên tới thượng lưu Euphrates và dừng lại ở Haran, *phía bên kia sông*, là vùng chăn nuôi và giao thương giữa dân du mục các khu xung quanh (Hattu, Hurru, ...). Khải thị *'rời bỏ quê hương'* Abram nhận được ở Haran khi ông 75 tuổi và cha ông chết rồi, để *'đi tới một nơi'* khác (chương 12), thực sự là thử thách lớn lắm cho ông – nếu *Abram và các em đều ra đời tại Haran và phụ cận, Nahor vẫn ở Haran* (ch. 24 – 28).

Trong nguyên bản Hebrew, *quê hương* nói đây là *Haran nơi chôn nhau cắt rốn* (place / country of birth), không phải nơi tạm trú chỉ trong mấy năm, theo một Giả thuyết về Mạch văn J 'luôn luôn dùng *YHVH Đích Danh*' khác hẳn mọi Mạch văn khác 'chỉ dùng *Tôn Hiệu Elohim* trước khi *Danh YHVH* được khải thị cho Moses' ở *Exodus 3* – J bắt đầu với 'phần b câu 4' ... *In the day YHVH created earth and heavens ...* của *Genesis 2*.

Hồi gần đây, 'Giả thuyết J' được bổ sung với 'Giả thuyết Urfa', 1997, rằng: Thành phố *Urfa hiện đại* ở Đông Nam Turkey vốn là *Ur cổ đại* – phụ cận Haran về phía bắc: Haran is a well known site in northern Mesopotamia, Ur is most likely to be identified with present day Urfa also in northern Mesopotamia. Nhưng mà địa danh đó nguyên thủy *Aramaic* là *Urhai*, không phải Ur; thời Hy lạp khoảng thế kỷ 3 TCN, đổi gọi *Edessa*; thời Ả rập đầu thế kỷ 7 CN, lại đổi thành *Arruha*; cuối thế kỷ 16 CN, mới thuộc về Turkey và là *Urfa* cho đến nay. Vùng Urfa–Harran từ xưa vốn là 'đồng bằng phì nhiêu' ở cực bắc thượng lưu sông Euphrates, hai địa điểm cách nhau 38 cây số và trung khu chuyển lên Urfa với khoảng 200 000 dân, *Harran bây giờ* là một 'làng quê nhỏ và hẻo lánh' của Turkey ở gần biên giới Syria.

Người ta 'chuyển' *Ur của dân Chaldeans* ở Sumer, hạ lưu Lưỡng hà Euphrates–Tigris vùng cực nam Mesopotamia, lên Ur(hai) của dân Arameans ở thượng lưu Euphrates vùng cực bắc Mesopotamia, với chủ đích 'chứng minh dân *Hebrews Cổ đại* không phải là Du mục'.

Nhưng mà, tuy họ *luôn mang theo nhiều tài sản, vàng bạc ... cùng với súc vật chăn nuôi*, họ không bao giờ canh tác từ Ur–Chaldea cho tới Haran–Urhai, cũng như sau này từ Haran cho tới Canaan và cả ở Ai cập 'trong thời Joseph'; như vậy có thể thấy họ là 'bán-du-mục', *semi-nomadic*, 'bán-thương-buôn', *semi-mercantile*.

Trong Khu vực Cận đông Cổ đại, kết quả khoa học khảo cổ ở Ur, Nuzu, Mari, Haran, Ebla, ... suốt thế kỷ 20 vừa qua đã xác nhận sự hiện diện gần như khắp nơi của dân *Hapiru*, dưới nhiều hình thức ký hiệu văn tự, giả định là dân *Hebrews*, ý nghĩa là *Bên Kia Sông* (Euphrates); có điều những 'trắc nghiệm carbon-dating với calibrations và re-calibrations', hoặc chưa đủ chính xác, hoặc không được thống nhất, cho nên đã nảy sinh *rất nhiều giả thuyết* về thời đại cũng như về hành trình của dân này. Kinh văn Hebrew của chính họ cũng không giúp quyết định vấn nạn 'gốc gác: *Ur* hay *Haran*?', và từ đó, vấn nạn 'hành trình: *Ur–Haran–Canaan–Egypt* hay *Haran–Ur– ...* ?'

Về thời đại, Lịch Do thái giáo cho đến nay *vẫn* đặt sự 'Sáng thế' vào năm *3761 TCN*, từ đó suy diễn rằng Tổ phụ của họ đã xuất hiện ở Mesopotamia *vào khoảng 2000–1800 TCN* trước khi di chuyển xuống Egypt.

Trước CN	Mesopotamia	Egypt
k. 4500	Dân Chaldeans định canh ở Ur	Văn hóa Badarian, Trung
k. 4200	Dân Elamites định canh ở Susa	Văn hóa Nagada, S. Nile
k. 3300	Dân Sumerians ở Sumer	Vua Menes, Thống nhất
k. 2800	Dân Akkadians ở Akkad	Thời kỳ xây Pyramids
k. 2700	Huyền thoại Gilgamesh, Sumeria	Saqqara Pyramid
k. 2400	Lập thành Ebla, bắc Mesopotamia	Giza Pyramid
2334	Sargon I, Vua Akkad	Palermo Stone Records
k. 2100	Dân Amorites đến Mesopotamia	Pharaoh Menuhotep
2004	Dân Elamites tàn phá Ur	Middle Kingdom, 2040–
1830	Vua của Amorites lập Babylon	Dân Hyksos đến, k. 1700
1792-1750	Vua Hammurabi của Babylonia	Pharaoh Ahmose, k. 1550
	(Law Code)	(đuổi dân Hyksos)

*Nếu đặt Abram *vào khoảng 2000*, có thể giải thích sự 'di tản khỏi Ur'
*Nếu sinh thời *khoảng 1800*, Abram là đương đại với 'Vua Amraphel'

Nhưng hồi gần đây, một số Giáo sư / Học giả Kinh Thánh *muốn* ... Moses đem dân Israelites ra khỏi Egypt *năm 1175 TCN* trong đời Pharaoh Ramses III (1187-1156), để cho họ *có thể* 'assume that a generation spans approximately thirty years, <u>calculate</u> a relative chronology ... back to 1205 for Moses' adulthood, 1295 for Joseph and others, 1325 for Jacob, 1355 for Isaac, 1385 for Abraham, ... and <u>put Abraham firmly in the Amarna Age</u>'.

Và trái lại, một Giáo sư / Học giả Kinh Thánh khác *thử* ... cho Moses làm cuộc Xuất hành *năm 1360 TCN* gần cuối đời Pharaoh Amenhotep III (1389-1364) <u>sau khi *đã* ảnh hưởng sâu đậm và *sẽ* khởi nguồn cái Thời đại Amarna</u> đó: Pharaoh Amenhotep IV lên ngôi 1364, lấy tên hiệu *Akhenaten* 1359, lập kinh đô hoàn toàn mới *Akhetaten* 1358-1348, và trị vì đến 1336 – suốt cái gọi là Amarna Age. Tell-el Amarna là di tích của cố đô *Akhetaten hoang tàn từ 1332 TCN*; Aton, là *aten* trong các từ ghép, 'thần mặt trời kiểu mới cho Tôn giáo Mới của Pharaoh Akhenaten–*AkhenAton*.

"Aton existed as a divinity before Akhenaten came to power ... to set up the (New Aton as) One and Only Universal God, having No Name and being represented by No Graven Image; Akhenaten's adoption of the Hebrew religious beliefs would be quite understandable ... (and) the apparently miraculous circumstances surrounding the Israelite Exodus (of 1360 BCE) may have convinced him that his new god Aton was *acting ... punishing Egypt for having worshipped other gods*: It is doubtful whether Akhenaten would be opposed when he installed his new religion."

Thế kỷ 14 TCN ở khu Cận Đông được gọi là 'Thời Amarna', dĩ nhiên đã quá trễ cho Abram vì người ta quên mất khoảng thời gian từ 400 đến 430 năm giữa Joseph và Moses (dường như gồm có 30 năm *Joseph trị vì* giúp cho một Pharaoh và 400 năm *Dân Israelites làm nô lệ* cho các Pharaohs sau); cũng dĩ nhiên còn hơi sớm cho Moses *áp đặt tôn giáo của ông* trên một Pharaoh khác (e rằng đa số Dân Israelites và cả Moses, sau 400 năm nô lệ Egypt, có thể *quên nghĩa lý sâu xa của Danh YHVH và Giao ước Cắt bì*, chỉ thực hành những nghi thức hàng ngày theo thói quen cổ truyền).

Cho nên mục tiêu sâu kín của cả hai cố gắng, đặt *Abram's adulthood vào năm 1385 TCN* và *Moses' Exodus vào năm 1360 TCN*, <u>trước khi</u> Pharaoh AkhenAton sáng lập 'Tôn giáo thờ Aton' cho 'Thời đại Amarna' của ông, là chứng minh rằng: *Tín ngưỡng của Dân Hebrews* từ Joseph trở ngược về Abram, cũng như *Tôn giáo của Moses cho Dân Israelites ở Egypt*, đều có ảnh hưởng trên cuộc 'Cách mạng Tôn giáo trong Thời Amarna ở Egypt'.

<u>Nhưng thực tế lịch sử cho thấy: Tôn giáo của Moses sau Exodus mới được lập ra tại Sinai, rập khuôn theo 'Tôn giáo của AkhenAton'</u> (ch. 12)

*

Ngày xưa, khoảng 2000–1800 TCN, ở Ur xứ Chaldea của dân Chaldeans, "Khắp nơi người ta thờ cúng và phục vụ các thần ... Cha của Abram là Terah cũng làm như vậy" – là 'thần mặt trăng' *Nanna/Sin* đứng đầu vô số 'thần địa phương', 'thần bộ tộc', và 'thần gia tộc' nữa.

Sau đó, thần *Marduk* của Babylonia nổi lên, cai trị mọi thần khác trong khắp Lưu vực Lưỡng hà (Mesopotamia), lấn lên Assyria và xuống Persia: *Anu god of heaven* ở Uruk, *Enki/Ea god of water* ở Eridu và Akkad, *Enlil god of the earth* ở Nippur, *Shamash god of the sun* ở Larsa và Sippar, *Adad god of storms, Nergal god of underworlds, Tammuz/Dumuzi god of fertility* ... .

Một số thần *cũng* có vợ chồng và con cái; 'Marduk làm ra *trời, đất, và người* bằng *xác* của nữ phản thần *Tiamat* và *máu* của chồng nó là *Kingu*'; Ở Ugarit, Tây Bắc khu Cận Đông (Near East) trên đường đi Canaan, dân chúng thờ cả một Gia đình *thần cha El, thần mẹ Asherah, và 70 thần con – cai quản 70 xứ – Baal, Astarte, Anat, ...* . 'In the earliest stage, <u>it would appear</u> that *YHVH was one of the 70 divine children ...patron deity of his portion Israel ...archenemy of the storm god Baal*'.

Đương thời, *Amon* là 'thần bí ẩn' ở Thebes, thống lãnh Nam Egypt (thượng lưu sông Nile); và *Re* là 'thần mặt trời' ở Heliopolis, hạ lưu sông Nile cực bắc Egypt, trung tâm tôn giáo lâu đời nhất từ trước thế kỷ 21–20 TCN. Đến đời Pharaoh Menuhotep II (2007-1956), thần mặt trời *Re* 'thống nhất vô' thần bí ẩn *Amon*, thành ra *Amon–Re* cho toàn Egypt nhưng yếu tố *Amon* được coi trọng hơn – nó là *Amen* trong các tên ghép như Amenhotep, Tutankhamen. <u>Amen</u>hotep IV trở thành Akhen<u>aten</u> 'cách mạng thần mặt trời cũ đã tàn *Re* thành ra thần mặt trời mới *Aton*' mọc lên tại Amarna ở chính giữa Heliopolis – Thebes. Và Tutankh<u>amen</u> kế vị Akhenaten, dẹp bỏ Aton mà trở lại <u>Amon</u>.

*

Cho đến Akhenaten ở Egypt thế kỷ 14 TCN, và Moses ở Canaan thế kỷ 13 TCN, *chiến tranh tôn giáo chỉ có trong các huyền thoại giữa các thần.* Các dân trên đất vẫn đánh giết nhau dữ dội ngay từ nguyên thủy, bởi miếng cơm manh áo hoặc vì đất đai của cải, đôi khi do ganh ghét hay tranh giành ảnh hưởng, thậm chí có khi cầu khẩn thần thánh giúp cho thắng lợi.

Nhưng bấy giờ loài người *chưa có* tấn công một dân khác 'không tôn thờ thần của mình', cũng *chưa biết* 'nhân danh thần của mình' mà xâm phạm tài sản, đền đài, ... sinh mạng của 'dân thần khác', thậm chí có khi tàn sát đến hủy diệt cả một chủng tộc. 'Thần ai nấy giữ' là nguyên lý giao tiếp giữa các dân cổ đại ... cho đến một thời người ta nghĩ ra *Một Thần Duy Nhất Cho Cả Loài Người* và muốn áp đặt thần đó trên *Mọi Dân Mọi Nước*.

Dân Chaldeans định canh ở Tây Nam hạ lưu Lưỡng hà khoảng 4500 TCN, Ur là city-state cổ đại rất phồn thịnh về nông nghiệp (irrigated and fertile land) ... trải các thời chịu sự cai trị của các Vua Sumerian, thế kỷ 29–25 TCN, và các Vua Akkadian, thế kỷ 24–21 TCN, cho đến năm 2004 mới bị dân Elamites cướp phá và trở nên hoang tàn. Gia tộc của Abram, dưới quyền gia trưởng Terah, rời khỏi Ur sau đó *chắc chắn không phải bị tôn giáo Nanna bách hại* – và 'Ur' tuy *có thể* nghĩa là 'fire or flame' nhưng *không thể* suy diễn rằng 'YHVH *cứu* Abram ra khỏi *cơn bão lửa* của dân Chaldeans'.

Ngoại trừ Abram, *mọi người khác* đều 'phụng sự các thần' ... nhưng Nahor không có đi cùng Terah, Abram, Sarai, và Lot. Gia tộc này *có thể đã* sản xuất và buôn bán các loại tượng thần, cũng *có thể đã* chăn nuôi súc vật, nhưng *chắc chắn không có canh tác đất đai*; đoàn di hành của họ như vậy rõ ràng là bán du mục / bán thương buôn, *chắc chắn không gặp trở ngại nào với các tôn giáo* của các dân suốt lộ trình từ cực nam lên cực bắc khu Cận Đông cổ đại, bấy giờ ít nhất cũng phải hơn 500 năm *trước Moses*. Hơn 1000 năm *sau Moses* nhiều tác giả và học giả lấy 'định chuẩn Độc thần giáo Tuyệt đối của Moses' mà xét và đoán các 'đa thần giáo cổ đại', không chấp nhận cho họ được 'thần ai nấy giữ', lại *tưởng rằng Abram có lập một tôn giáo kiểu Moses*.

It is now undeniable that there was an evolution very lengthy from the polytheisms of '*the other side of the River*', and of '*the land of Canaan*', to the Mosaic monotheism.

Since the time of Enosh the third patriarch after Adam when *humans began to call on* <u>*The Name YHVH*</u>, there had been no Divine Law, or laws, up until Moses at Sinai. Instead there were a <u>*Covenant*</u> and a lot of <u>*Teaching*</u>, or 'Instruction'–the very meaning of 'Torah'.

The notion of Divine Covenant is explicitly providential or promissory – a kind of favorite grant from father to child, the fulfillment of requirements thereof, if any and as such, being in fact *not the condition of but the means for* the child's happiness under the father's protection.

When making the Covenant with Abram in Hebron, as Abram believed in YHVH and was justified, YHVH said to Abram, "*I am YHVH, who brought you out of Ur of the Chaldeans, to give you this land as a possession*". Abram then asked, "*My lord YHVH, how shall I know that I will* possess it?"

Ages later, at Horeb the mountain of God, *the Angel of YHVH* appeared to Moses ... and God said to Moses, "*I am YHVH; I appeared to Abraham, to Isaac, and to Jacob – as God Almighty; but by my name YHVH, I was not known to them*".

In regards of the unique divine Name, let alone the many honorific Tittles, there are at least two story writers not reconcilable here. Elsewhere, El, if a name, is from Ugaritic polytheistic texts, imported for a scriptural tittle by the so called E-source or E-writer(s): There are there the chief god El and his wife Asherah, and their seventy children – namely, Baal, Astarte, Anat, ... of whom each was the patron god of one nation.

In scriptural Hebrew, 'el' / *eloah* is an honorific <u>Tittle</u>, *elohim* the plural for gods. Taking for granted 'El' as the <u>Name</u>, and 'Elohim' as the so called '<u>Single Being</u> hidden in the Plural', a biblical scholar assumed that '*YHVH was one of the Seventy Divine Children of El and Asherah ... Israel was the portion given to YHVH ... and in front of El once YHVH stood up accusing the other gods*'. Following are the related scriptures.

"When <u>The Most High</u> divided to the nations their inheritance, when He separated the sons of Adam, He set the bounds of peoples according to the number of the Children of Israel, for <u>YHVH</u>'s Inheritance is His People: Jacob is <u>the lot of His Inheritance</u>;

"*Eloah* (God) stands in the congregation of *Elohim* (God\gods\the mighty). He judges (among) the *Elohim* (gods\judges)".

YHVH <u>là</u> Đấng Tối Cao trong Kinh văn Hebrew. Jacob / Israel / Dòng dõi của Israel, ... <u>là toàn bộ thừa tự của YHVH trên đất</u>, <u>là Dân của YHVH</u> giữa các dân thuộc dòng dõi hay thừa tự của Adam. Giá mà Adam *đã không 'become like YHVH knowing good and evil'* thì làm gì có những '*inheritance divided, peoples separated, ... elohim judged*'.

Abram là tổ phụ đời thứ 20 sau Adam, được 'gọi' và 'thử' nhiều lần, không phải chỉ một lần. YHVH dẫu có 'biết trước và chắc chắn' rằng Abram sẽ trung tín nhưng vì không có 'định trước' là Abram phải trung tín nên vẫn thử ông, huống hồ có lắm lần được gọi và sai bảo ông tuy có làm theo nhưng đã không làm đúng mọi điều chỉ dẫn. YHVH không có 'Tiền Định' bất cứ điều gì trên mỗi cá nhân: Tự do toàn vẹn và tuyệt đối đã được 'ban cho vô điều kiện' từ nguyên thủy. Adam hoặc vâng lời hoặc không; Cain hoặc phạm tội hoặc không; Giáo huấn là, '*Tội lỗi rình đợi ngươi ... Ngươi tự quản trị nó*'.

Mãi về sau người ta mới chế ra cái 'thuyết tiền định, determinism' cho nó am hợp với tín ngưỡng 'Thiên Chúa Toàn Tri, God Omniscient'. Nhưng lý thuyết này lại mâu thuẫn trầm trọng từ căn bản với tự do con người, là tự do nhận định thiện ác 'cùng một bậc với Đấng Tối Cao'. Rất đơn sơ, Abram từ bỏ kiểu nhận định thiện ác đó, tín ngưỡng của ông đặt toàn vẹn và tuyệt đối vào YHVH là Đấng kêu gọi và sai bảo ông. Dĩ nhiên bất cứ một người nào cũng có tự do hoặc nghe hoặc không, hoặc làm theo hoặc không; Abram đơn giản nghe lời và làm theo.

Rời bỏ quê hương và dân mình để đi một nơi chưa xác định, ra khỏi nhà cha và thân thuộc mình để sống một đời mới lạ chưa rõ có yên lành chăng, cuộc phiêu lưu thật táo bạo và hứa hẹn nhiều thử thách cam go. Abram bấy giờ đã bảy mươi tuổi hơn, chắc không còn được bao nhiêu ưa thích mạo hiểm nên đức tin phải mãnh liệt hơn người – dường như *vừa đủ* mãnh liệt để thuyết phục cha và cháu mình chịu rời bỏ Ur là lãnh địa của Thần Mặt trăng, *chưa* thuyết phục được em là Nahor cùng ra đi, *không đủ* để tự mình 'ra khỏi nhà cha' và 'ra khỏi vòng thân thuộc' khi cha ông qua đời tại Haran.

Sau đó Abram mới rời Haran, tuổi đã 75, cùng với vợ là Sarai và cháu là Lot, lên đường đi Canaan. Xuyên qua 'đất hứa' này, Abram lại nhận được khải thị và lời xác tín của YHVH, ông có lập hai 'bệ thờ' và cầu khẩn 'Danh YHVH' ở Shechem và Bethel. Nhưng rồi ông lại 'tiếp tục di hành mãi xuống phía nam' ... cho đến khi có 'nạn đói nghiệt ngã xảy ra trong đất' thì ông tới luôn xứ Egypt mà 'lưu ngụ tại đó'. Suốt mấy giai đoạn di hành ngang qua đất của 'dân các thần khác', cũng như trong hai khoảng thời gian lưu ngụ tại Haran và Egypt, đoàn của Abram *không* gặp rắc rối nào từ các 'đa thần giáo'. "Khi sắp sửa đi vào xứ Egypt, Abram bảo Sarai *chỉ* nhận là *em gái* của mình, sợ rằng người Egypt có thể vì muốn chiếm lấy người *vợ đẹp* mà giết mình chăng." Rắc rối liền xảy ra: Pharaoh cho bắt Sarai vô cung và trọng đãi Abram là *anh* của người đẹp. May có *YHVH làm phép lạ*, Pharaoh được biết *cả sự thật*, bèn trách cứ Abram đã không nhận Sarai *cũng là vợ*. Chưa có một thiệt hại nào, Abram còn được 'nhiều loại thú đực cái và người hầu nam nữ' để đem ra khỏi Egypt, cùng với Sarai nguyên vẹn và Lot cũng thêm giàu có.

'Phân nửa sự thật *không phải là Sự thật*', Sarai vốn là 'con gái của cha Abram nhưng không phải của mẹ Abram', mẫu chuyện kiểu này còn được kể thêm vài lần nữa, chẳng có tai hại nào cho người ta nhưng với Danh YHVH thì sao? Nhiều thế hệ về sau, khi đã có Điều Luật 'Cấm lấy Danh YHVH mà làm chuyện chơi', người ta bèn thuật lại *chuyện cũ* ở *nơi khác* thêm nhiều *chi tiết khác*: Đoàn người của Abram, 'Dân của YHVH', đến tạm trú tránh nạn đói của Canaan, ở Egypt được 5 năm thì Pharaoh 'cưỡng bách' đem 'vợ của Abram' vào hậu cung. Abram đau khổ cầu khẩn YHVH cứu giúp, Pharaoh và toàn thể hoàng gia cùng bị trừng phạt vì cớ hành vi trái luật của Pharaoh, ngay trong đêm Sarai bị bắt đi. Pharaoh phải ăn năn, hoàn trả Sarai và đền bù rất hậu cho Abram (không có nói rõ, chỉ ẩn dụ là ngay sáng hôm sau, theo trích đoạn *Tự truyện / Cầu nguyện* của Abraham sau đây).

"In the night Sarah was taken away from me by force, I prayed ... in great suffering, ... saying, *'Blessed are you, God Most High, Master of the whole universe, ... For you are Master and Ruler over all the kings on earth, I now lodge my complaint ... against Pharaoh Zoan king of Egypt who just took my wife from me by force. Execute justice upon him, ... Show forth your great hand against him and his house, ... Do not allow him to defile my wife this evening ... so that I may know you are Master of kings'"*–Genesis Apocryphon

Một 'Thượng Đế Tối Cao' thì mỗi Dân đều có cho mình, dường như từ nguyên thủy. Nhưng 'Đấng Chủ Tể Toàn Vũ Trụ, Cai Trị Hết Mọi Vua Trên Đất' thì e rằng phải đến thế kỷ 14 TCN Pharaoh <u>Amon</u>hotep IV (dưới thần Amon của Egypt) khi trở nên Akhen<u>aton</u> (Aton là Universal God) mới khám phá ra, *sau 400 năm Dân Israelites bị bắt làm nô lệ ở Egypt* (tr. 108–110), tức là *từ sau Joseph cho đến Moses*.

'Bí ẩn Sáng thế ký' cho Abram (lúc chưa đổi thành Abraham) cầu khẩn với Thượng Đế Tối Cao ... cũng được đi, nhưng mà Đấng này *chưa có khải thị rằng mình 'làm chủ toàn vũ trụ và cai trị hết mọi vua trên đất'* ... *cũng chưa có bao giờ* xức dầu, hay là cắt cử cách nào đó, cho *Melchizedek vua xứ Salem làm Thầy Tế lễ*, tức là *chưa có một tôn giáo nào 500 năm trước Moses*.

Người ta *muốn* Tôn giáo *có* từ nguyên thủy, ngay khi Cain và Abel dâng *của lễ* (offering) lên cho YHVH, hoặc từ đời Enosh khi người ta *kêu cầu* (call on) Danh YHVH. Con cái phụng sự cha mẹ không thể là tôn giáo, thờ cúng cha mẹ *đã chết* có thể là một kiểu tôn giáo ở Đông phương, nhưng YHVH là Đấng <u>*Hằng Sống*</u> và '*quý trọng sự* <u>Vâng Lời</u> *hơn là Của Lễ*'.

Tôn giáo chính thức trong Kinh văn Hebrew do Moses lập ra sau này ở Sinai; bây giờ chỉ coi trước một chi tiết để thấy rằng '*không thể có một tôn giáo nào cho Dân Hebrews cổ đại* <u>*trước Moses*</u>': Moses là người đầu tiên trở nên *Như Thượng Đế (As God)* cho Aaron là Thầy Tế lễ, cho Pharaoh là vua dân ngoại, và cho dân Israelites là hậu duệ liền sau Israel ở Egypt.

Có thể *đã có* một tôn giáo nào đó ở trên trời cho các thiên thần, để thờ phượng và tôn vinh một 'thượng đế nào đó' là thượng đế 'cần phải tôn thờ thì mới được vinh hiển'; y như *sẽ có* nhiều tôn giáo 'lập ra chính phủ ở trên trời' để giúp cho thượng đế của họ cai trị muôn dân muôn nước ở dưới đất; tại vì cho tới nay số dân trên đất đã gần 7 tỉ, và số nước hơn 200.

Chuyện tôn giáo *của người ta như vậy* ở đây không lý tới. Có một điều cần phải chỉ ra, là mấy đấng *chế tác tôn giáo từ Kinh văn Hebrew* đều theo gót Moses mà 'trở nên như Thượng Đế' ... *đôi khi nói mạnh bạo 'Đại Diện Thượng Đế Trên Đất'* ... nhưng thường khi phải núp dưới cái chiêu bài 'Nhân danh Thượng đế' mà làm ra tôn giáo để 'luộc' người ta.

Hai ngàn năm trước, Jesus đã đến và chỉ rõ là '*Họ ngồi trên Ngôi Của Moses ... buộc nhiều gánh nặng vào vai người ta ... đi khắp đất qua các biển, để thâu phục tín đồ ... đóng kín cửa thiên đường, tự mình không muốn vào mà chẳng muốn cho ai vào ...*'. Hai ngàn năm sau Jesus, số tín đồ của họ được bao nhiêu trong bảy tám *tỉ* dân trên đất?

'Như sao trên trời, Như cát dưới biển' là *Lời hứa* cho số hậu duệ của Abram, không phải số *tín đồ của tất cả mọi tôn giáo* <u>*tự nhận là Abrahamic*</u> cho đến ngày nay. Bấy giờ, Abram mới nghe theo *Lời gọi* của YHVH mà ra đi, xuyên qua Canaan và lạc xuống Egypt, được phước mà nổi danh và giàu có khi ra khỏi Egypt, lại hùng mạnh mà thắng hơn các vua xâm lược ... nhưng chưa có một *great nation* ... và nhất là chưa có một *hậu duệ* nào.

Năm 86 tuổi Abram mới có Ishmael, 99 tuổi mới được *hứa* sẽ là 'Tổ phụ của nhiều Dân'–đổi gọi Abraham, và đúng 100 tuổi mới có *hậu duệ đích thực là Isaac*. Phép cắt bì là 'Dấu hiệu Giao ước' YHVH đặt ra cho Abraham và hậu duệ: **Ishmael** (và dòng Arab) nhận phép cắt bì vào *năm 13 tuổi*, **Isaac** (và dòng Hebrew) vào *ngày thứ 8 sau khi sanh*; Dân Arabs cổ đại phát triển thành *12 chi tộc <u>con của Ishmael</u>*, 12 chi tộc Dân Hebrews là <u>*cháu của Isaac*</u>. Khi xưa Giao ước cho Adam không có Dấu hiệu nào để ghi nhớ nên người ta nhanh chóng quên mất rằng '*Ngày nào mình <u>trở nên như YHVH mà nhận định thiện ác, thì không còn được sống trong Linh của YHVH</u>*'.

Với Noah, Dấu hiệu 'cầu vồng trong mây' là để người ta nhớ rằng '*YHVH có hứa sẽ không hủy diệt <u>sự sống trên đất</u> bằng lũ lụt ngày nào người ta <u>không ăn thịt sống</u>*' – You *shall not eat flesh with its life*, that is, *its blood*.

Cho Abraham từ năm 99 tuổi, Ishmael từ năm 13 tuổi, *và hậu duệ*, Dấu hiệu Giao ước 'in the flesh of foreskins' thì chắc không một người nào có thể quên được. Mỗi nam đinh trong bộ tộc, sinh ra theo dòng giống hoặc mua từ dân ngoại cho bộ tộc, khi nhận Dấu hiệu Giao ước rồi, đều là 'Dân của Giao ước' – *walk before YHVH and be blameless.*

Ishmael được cắt bì cùng trong ngày với Abraham, nhưng YHVH *sẽ lập Giao ước với Isaac* khi 'đứa con theo Lời hứa' này sinh ra một năm sau đó. Trước khi qua đời, Abraham *lại lấy một người vợ tên Keturah sinh 6 con*, không rõ người gốc ở đâu; chỉ được biết rằng các con của Keturah cùng với Ishmael là con của Hagar người Egypt 'được ban cho *quà tặng và điều đi xứ phía đông*' – given gifts and sent to *the* country of the east (Arabia).

Isaac, con duy nhất của Sarai/Sarah, *một mình thừa kế toàn bộ Lời hứa* YHVH đã ban cho Abram/Abraham, tiếp tục làm người 'khách lạ và lữ hành' trong khắp Canaan – giao tiếp tốt đẹp với các 'dân bản xứ' và không hề đụng chạm bất cứ một 'thần tại đất' nào. Hang Machpelah ở Hebron để chôn người chết của dân Hebrews được Abraham điều đình hợp lệ và trả giá sòng phẳng cho Ephron người Hittite 'in the hearing of the people of the land'.

Vụ đụng chạm đầu tiên, gọi là 'đánh chiếm Shechem của dân Hivite', xảy ra lâu lắm sau này vào *thời cháu của Isaac*. Isaac lấy vợ là Rebecca, cháu của Nahor 'người Syria ở Haran xứ Padan-Aram', có hai con song sinh là Esau và Jacob; Jacob lừa chiếm quyền thừa kế của Esau, lấy hai vợ là Leah và Rachel, thêm hai thiếp là Zilpah và Bilhah, bốn thê thiếp đua nhau sinh cho Jacob 12 con trai; Dinah là con gái của Leah, bị Shechem là con trai của tộc trưởng Hamor người Hivite (Hamorite/Amorite) làm nhục: Hai anh của Dinah là Simeon và Levi tìm kế trả thù, *giết sạch nam đinh thuộc bộ tộc* của Hamor và cướp lấy toàn bộ tài sản của dân đó *kể cả phụ nữ cùng trẻ nít*.

Kinh văn Hebrew không kể vụ này *thuộc tín ngưỡng*, tất cả nam đinh bộ tộc đó đều *cắt bì đã ba ngày* và trả giá rất hậu để *cưới Dinah về cho Shechem*, còn ghi chép lời Jacob trách cứ Simeon và Levi hành động xốc nổi 'có thể gây hậu quả tai hại khôn lường nếu *các dân sở tại khác* như Canaanites và Perizzites hợp nhau lại mà phản công'.

Không có dân nào phản công, Jacob, *bấy giờ đã đổi gọi Israel*, tự coi như chính mình 'đánh chiếm được Shechem của dân Amorite bằng kiếm cung trong tay mình' – sau khi phải 'trả 100 tiền mua *một miếng đất cắm lều*' ở địa đầu Shechem, từ Haran xứ Padan-Aram của dân Aramaean đi vô Đất hứa Canaan (đường hướng Abram ngày trước đã di hành sau khi cha ông qua đời).

Abraham mua đất *nghĩa trang* ở Machpelah của dân Hittite, Isaac lánh *nạn đói tới trồng trọt trong một năm* ở Gerar của dân Philistines, và Israel *trước mua đất cắm lều sau chiếm luôn cả đất* Shechem của dân Amorite: Ba cái gọi là chứng cớ đó, dĩ nhiên 'được biên tập chút đỉnh', giúp cho một số học giả Kinh Thánh giả định rằng 'cổ dân Hebrews không phải là *du mục* vì họ có đất và trồng trọt, lại nhiều vàng bạc và nô lệ thì chắc phải là địa chủ'.

Thêm nữa, một số địa chủ *Israelites ở Shechem* chắc là 'không có đi theo Israel lánh nạn đói xuống Egypt' tại vì trước khi qua đời *ở Egypt* Israel 'truyền thừa sở hữu đất Shechem ở Canaan' *cho Joseph ở Egypt* – Joshua sau này từ Egypt trở về Đất hứa 'không có đánh chiếm lại Shechem'! E rằng giả định này không đúng, nạn đói thời Israel là lớn lắm ... *'the seven years of famine ... in all lands, over all the surface of the earth ... so severe that <u>all countries</u> came to Joseph in Egypt to buy grain. ... Israel took his journey with <u>all that he had</u> ... <u>and all his descendants</u> ... sixty six persons in all'.*

Vậy thì rất có thể 'Shechem the city was <u>plundered</u> ... <u>destroyed</u>, *even <u>all that was in the houses</u>*' đến nỗi 500 năm, sau Simeon và Levi, vẫn chưa phục hoạt được. Điều chắc chắn: Hành động đó không phải là *'walk before YHVH and be blameless'*.

'Đi trong Đường lối của YHVH và không dính dấp một tì vết nào', đây không phải 'tôn giáo' mà chính là 'Tín ngưỡng và Làm chứng YHVH' như có ghi chép về một số *foreigners and sojourners* (khách lạ và lữ hành):
*<u>Abraham</u> sojourned in the land of the Philistines many days ... Abimelech the king and Phicol the commander told him, *God is with you in all that you do*;
*<u>Isaac</u> was at Beersheba when those same Philistine authorities came from Gerar for a peace covenant, saying, *We have certainly seen that YHVH is with you ... and now you are the blessed of YHVH*;
*<u>Joseph</u> was sold as a slave to the Egyptian officer and captain Potiphar, and his master saw that *YHVH was with Joseph and made all he did to prosper* ... . Eventually Pharaoh set Joseph over his house, his people, and his land Egypt; asking, *Can we find such a one as this, a man in whom is the Spirit of God?*

Điều rất chắc chắn: The *Children of Israel* said to Pharaoh, *We are <u>shepherds</u> – <u>both we and our fathers are shepherds</u>.*

12

Tôn giáo
CỦA MOSES

Theo Luật pháp Moses, Abram *đã* vi phạm 'Điều răn: Không được kết hôn với em gái *cùng cha* khác mẹ' ghi ở Sách Leviticus, *lẽ ra* phải lãnh chịu 'Điều rủa sả' chép ở Sách Deuteronomy. Dĩ nhiên điều luật với hình phạt đó không thể áp dụng *hồi tố* cho Abram – bấy giờ *chưa biết* cả Moses lẫn Tôn giáo CỦA MOSES. Luật tôn giáo và luật xã hội, Moses thiết định trên cổ dân Israelites 'nhân danh YHVH' tại Sinai trong tháng thứ ba sau khi họ ra khỏi Egypt, phải tuân theo 'nguyên tắc bất hồi tố' của mọi luật lệ nhân gian.

Thay vì Luật pháp YHVH lập Giao ước, thay vì Tôn giáo YHVH trọng Tin cậy và Vâng lời, Tín ngưỡng nơi YHVH và Làm chứng về YHVH là hai căn bản 'Sự sống Thuộc linh' – đời đời, nghĩa là không bao giờ thay đổi theo kiểu các tôn giáo, luật pháp, xã hội, chính trị, kinh tế, … .

Nhiều người từng nhận biết Abraham không có lập ra một tôn giáo gọi là 'Độc Thần', ông *tin tưởng YHVH* và bởi đó mà được xưng *công bình* rồi như một người công bình ông *'sống bởi đức tin nơi YHVH'* – cho đến Joseph là hậu duệ đời thứ tư (chắt) của ông, cổ dân Hebrews chỉ *'tin tưởng và sống theo YHVH'* trải các hoàn cảnh từ Mesopotamia tới Egypt, giao tiếp tốt đẹp với 'dân của các thần khác' chớ không có kỳ thị 'tôn giáo của họ', phục vụ thiết thực đời sống hằng ngày mà *'làm chứng về YHVH'* trước các dân các nước. Joseph kết hôn với con gái 'thầy tế lễ của thần mặt trời' ở On (Heliopolis sau này) nhưng chỉ phục vụ Pharaoh và dân xứ Egypt của ông.

Thần mặt trời *Re* ngự trị miền Bắc Egypt, hạ lưu sông Nile, đền thờ Heliopolis nghĩa là 'thành mặt trời'; trong khi đó thần gió *Amon* ở thượng lưu phía Nam, đền thờ tại Thebes. Huyền thoại các thần ở Egypt cổ đại còn có thần sáng tạo *Ptah* thờ ở đền Memphis, thần bảo hộ Egypt *Horus* là con của thần âm phủ *Osiris* thờ ở đền Abydos … nữ thần *Isis* của Osiris, *Mut* của Amon, … . Các thần tiến hóa và hợp nhất lần hồi, Re–Herakhte, Amon–Re, … cho đến Thời đại Amarna, thế kỷ 14 TCN, thì tất cả *'Hòa nhập thành Một Aton'* do sáng kiến và quyết định của Pharaoh *Amon*hotep IV (Akhen*Aton*).

Aton không phải là 'tên một thần', mà chỉ có nghĩa là *sun rayed disk*, một biểu tượng sinh động 'vòng mặt trời tỏa ra nhiều tia sáng', đã được thờ phượng cũng lâu đời nhưng không phổ thông bằng các hình tượng có người hoặc thú. Duy lý và khá trừu tượng, Akhenaton chế ra một tôn giáo Độc Thần nghiêm chỉnh: Thần Duy nhất trong hoàn vũ, Vô Hình và Vô Danh, Sáng tạo và Bảo tồn muôn vật muôn loài, Nguồn cội Ánh sáng–Năng lượng–Sự sống.

Phải mất hơn mười năm Akhenaton mới hoàn thành Độc Thần giáo đó trên toàn Egypt: Xóa bỏ mọi hình tượng đa thần cổ truyền, Xây dựng Đền kiểu mới *GempaAten* ở Karnak và Thành *AkhetAton / Amarna* hoàn toàn lạ. Akhen*Aton* trị vì 16 năm, 1352–1336 TCN, lên ngôi ở Thebes vẫn mang tên *Amon*hotep IV, có tác giả kê thêm 12 năm, 1364–1352, đồng trị với cha là Amonhotep III – để 'lập thuyết' rằng: *Moses đưa Dân Israelites ra khỏi Egypt vào đầu thời Amarna*, sau đó thì thời đại 'độc thần giáo' này mới được mở ra ở Egypt *như hậu quả trực tiếp của những Phép lạ Moses.*

*Amonhotep III cố gắng 'xoa dịu Nữ thần Hủy diệt *Sekhmet*' với hàng trăm tượng dựng lên khắp Egypt, lấn lướt cả Amon–Re lẫn Mut, và thất bại;

*Akhenaton phải 'hội tụ hết thảy mọi thần Egypt' vào *Biểu tượng Aton* bị lãng quên từ lâu và lần hồi thành công, ổn định được Egypt trước khi chết tại Kinh đô mới *AkhetAton* tức là Amarna;

*Akhenaton không có con trai, kế vị là con rể Smenkhkare cũng chết trong năm, con rể khác Tutankh*Aton* đổi trở lại là Tutankh*Amon* ở ngôi 9 năm tại Kinh đô cũ Thebes 'Thành của Amon'.

Độc thần giáo của Akhenaton và Smenkhkare tan biến nhanh chóng trong vòng một năm, có thể Tutankhamon không có ra lệnh xóa bỏ hai đời Pharaoh của cha vợ và anh rể mình ở tất cả mọi nơi trên toàn Egypt. Nhưng sau đó cuộc dọn dẹp 'lạc đạo' diễn ra hết sức tàn bạo và triệt để.

Trong tác phẩm *Act of God – Tutankhamun, Moses and the Myth of Atlantis*, 1998, Sidgwick & Jackson, tác giả Graham Phillips chứng minh biến cố Atlantis thực sự là trận động đất vĩ đại ở đảo *Thera*, nay tan ra thành quần đảo Santorini trong Địa trung hải, xảy ra khoảng *1360 TCN*; hệ quả trên toàn *Egypt bấy giờ* là '<u>các Tai họa Chúa của Moses giáng xuống</u>' khiến Pharaoh *Amonhotep III, 1389–1364 TCN*, phải cho Dân Israelites rời khỏi Egypt; Amonhotep này có 4 năm mà vẫn không xoa dịu được nữ thần hủy diệt *Sekhmet*, nên Akhenaton dễ dàng thuyết phục toàn dân Egypt còn đang hoảng loạn hướng về tôn giáo 'độc thần' của ông.

Tôn giáo Mới này ở Egypt chính ra là một <u>chế tác</u> từ cái biểu tượng Aton cũ, <u>khám phá</u> ra từ trong kho tàng đa thần cổ truyền của Egypt và theo đúng đường hướng hội nhập các thần ở đó. Có thể có chút đỉnh *ảnh hưởng từ Tín ngưỡng 'Chúa của Dân Hebrews'* qua hậu duệ *Israelites lưu ngụ* khoảng *400 năm* tại Goshen, cực bắc Egypt; nhưng không thể 'đồng nhất hóa' *Tôn giáo Atonism* với *Tín ngưỡng YHVH* (almost identical!\?): **YHVH là Danh** không phải một tôn hiệu như *Adonai*, càng không là một biểu tượng như *Aton*; huống hồ Tôn giáo Của Moses lập ra sau này, khoảng giữa *thế kỷ 13 TCN* tại *Sinai* bên ngoài Egypt, không phải *năm 1360 TCN* khi còn ở trong Egypt: Năm 1939, Sigmund Freud 'transcribed *Adonai* into *Atenai*' để 'lập thuyết' rằng *Moses and (his) Monotheism* chịu ảnh hưởng của Akhenaton và Atonism.

Dĩ nhiên, cả Adonai lẫn Aton/Aten/Atum đều không phải là 'tên', và Dân Israelites cả trước lẫn sau *Exodus* đều chẳng bao giờ làm 'tín đồ của độc thần giáo Egypt'. Mẫu chuyện 'Con Bê Vàng' do Aaron chế tạo ở Sinai sau này không chứng tỏ được ảnh hưởng bất cứ chiều nào giữa Akhenaton và Moses, huống hồ '*bê* vàng, golden *calf*' quả thật có khác '*bò mộng* thánh, *sacred bull*'. Khoảng *3000* hoặc Israelites hoặc Atonists 'thờ bê vàng' đó, Moses đều cho lệnh 'diệt sạch', đây mới chính là kiểu hành động Moses học theo Akhenaton: Không thể vì mấy sơ hở của năm 1939 (Adonai là Aton, Mosaism là Atonism, Israelites là Atonists, ...) mà lập ra *Phản đề 1998* càng sơ hở trầm trọng hơn.

    *Kéo lui Exodus hơn một trăm năm, từ 1250 về 1360 TCN;

    *Nhầm lẫn Israelites thời golden calf với Early Hebrews;

    *Giả định Moses/Moshe/Mose/Mosis là *Tuthmosis* anh của Akhenaton (cũng giả định luôn Tutankhaton là em, chớ không phải con rễ, của Akhenaton, và Smenkhkare là anh cùng cha khác mẹ với Tutankhaton: Bốn anh em 'kỳ cục' này đều là con của Amonhotep III, và cùng bị 'xóa sổ' khỏi mọi 'Danh sách các vua' của Egypt)

Giả thuyết 'Tuth*Mosis*' này rất hay ho vì thuộc loại giả tưởng lịch sử + ngữ học + văn chương: Mọi Danh sách các vua Egypt cổ đại đều có ghi mấy Vua (Pharaohs) Tuthmosis (Thutmose) I đến IV, 1493 đến 1390 TCN (liền trước Amonhotep III, lên ngôi 1390 *lẽ ra là Tuthmosis V*); Con trưởng *tự muốn trở lại là Tuthmosis* nên bị phế bỏ, *phải trốn lánh tới miệt ... Midian*, cắt bỏ 'thần Tuth' trong tên mình thì *thành ra Mosis*; dạng ngữ pháp này được Hy lạp về sau dùng lại (trong Septuagint), dạng Egypt là *Mose* có nghĩa 'sinh ra, con của' (thần *Thut*), dạng Hebrew là *Moshe* có nghĩa 'kéo / cứu ra khỏi nước', tên Moses trong Anh văn muốn suy diễn từ dạng ngữ pháp nào cũng tiện lắm.

Mosis trong *Lịch sử Egypt cổ đại*, bằng Hy văn của Manetho, cũng là một người Egypt, và là một thầy tế lễ của 'Thần Mặt trời' ở Heliopolis, nhưng dường như tin theo độc thần giáo Atonism mà khuyến dụ dân Israelites phá bỏ các hình tượng và đồ tế lễ của các thần Egypt, nên '*cùng bị đuổi khỏi xứ chung với những kẻ cùi hủi*'. Sử gia Manetho vốn là một thầy tế lễ Egypt, nổi danh vào giữa thế kỷ 3 TCN, thời Đế quốc Hy lạp (sau Ptolemy I, 305–282); tác phẩm của ông được đời sau coi trọng và trích dẫn, kể cả Josephus người Do thái thế kỷ 1 CN và Eusebius người Palestine thế kỷ 4 CN thời Đế quốc La mã. Quan điểm của Manetho trực tiếp là phản đề đối với Truyền thuyết Mosis theo bản Hy văn Septuagint gần như đương thời; Manetho thất truyền cho đến thế kỷ 20 vừa qua (1939 và 1998), trong khi Mosis / Moses trở thành *Căn bản và Chính thống* của mấy Độc Thần giáo (Do thái, Ki Tô, Islam, và Thệ phản).

Trong Kinh văn Hebrew, Moshe là con của Amram và Jochebed, anh em của Aaron và Miriam, dòng Levi của 12 bộ tộc Israelites. Sau hơn 400 năm sinh sôi nảy nở tại Goshen, vùng cực bắc Egypt, số dân lưu ngụ này từ *70* đã lên đến *sáu trăm ngàn nam đinh*, khoảng trên dưới hai triệu nếu kể luôn phụ nữ và trẻ em, một nguồn nhân lực đáng kể cho các công trình xây dựng hai 'thành cung ứng' Pithom và Ramses – trong hơn 60 năm trị vì của Ramses II, 1304–1237, là Pharaoh thời Exodus của Moses.

Moses được YHVH kêu gọi đưa dân Israelites ra khỏi cảnh nô lệ ở Egypt, trở về Canaan là đất đã hứa cho các tổ phụ của họ. Pharaoh trước không cho phép, nhưng sau 'Mười tai họa' mới chịu phép mà *để họ ra đi*, không phải 'đuổi họ đi' mà *đuổi theo để diệt họ*. Họ được cứu nhờ 'Phép lạ ở Biển Đỏ' – nay không gọi 'Red Sea' mà dịch lại là '*Reed Sea*', Sea of Reeds theo nguyên văn Hebrew *Yam Suf*. (đa số các giống 'reeds' lau sậy mọc ở vùng nước ngọt, ao hồ và đầm lầy, loại 'sea reed Ammophila arenaria' cao tới 5 thước). Điều động một lúc cả triệu người như vậy đã là phép lạ rồi, ở đây không lý tới phép lạ các loại lớn nhỏ.

'Vượt biên' ra khỏi Egypt, Moses không dắt đoàn dân tiến lên hướng bắc về Canaan, mà ngược xuống phía nam tới *Horeb là Núi của Chúa* ở bán đảo Sinai. Lúc trước Moses đã trở nên '*như Chúa đối với Aaron, Israel, và Pharaoh*', bây giờ tại núi Sinai '*trước mắt toàn dân, Chúa làm cho Moses được tin tưởng vĩnh viễn – believed forever*'. Đây là nguyên tắc căn bản cho các đấng lập giáo, các tổ phụ Hebrews của dân Israelites chưa có một ai được như Moses; ngay chính Abraham cũng gặp 'bất đồng và phân rẽ' với Lot, đôi khi lại phải 'làm theo lời' của Sarah; lâu lắm về sau mới xuất hiện nhiều đấng '*ngồi trên Ngôi Của Moses*' mà làm ra hoặc giảng dạy các '*thuyết lý của loài người*', thậm chí còn bổ túc cho nguyên tắc nói trên với hai lý thuyết '*toàn tri*' và '*bất ngộ*' mà chính Moses hoặc chưa biết hoặc không dám nhận cho mình.

Chỉ mỗi một Đấng Toàn Tri là bất ngộ, đáng được tin tưởng vĩnh viễn, YHVH là Đấng đó – cũng Toàn Năng ngoài lãnh vực 'tự do của mỗi người'. Ở đây và từ bây giờ 'tín ngưỡng cá nhân và phi tôn giáo' của người viết bắt buộc phải biểu lộ; không tôn xưng YHVH là 'Đấng Tối Cao' nữa vì e rằng *Most High* ắt có thể hàm ngụ 'higher, high, less high, và least high'; cũng không dùng các tôn hiệu như Thiên Chúa, Đức Chúa Trời, Al–lah, Thượng Đế ...là *để tránh mọi hàm ý tôn giáo* mà người đọc có toàn quyền suy diễn ra.

YHVH toàn tri và bất ngộ, nhưng không có buộc người ta phải TIN, chắc chắn không có diệt bạn vì bạn KHÔNG TIN; YHVH toàn năng, nhưng *đã* không cản trở trước *cũng* không giết hại Cain sau khi Abel bị giết chết.

YHVH là '*Đấng Tự hữu–Hằng hữu*' '*Không Bao giờ Thay đổi*'. Vậy thì những 'lời' sau đây quả thật do 'ý của Moses' chính ông hoặc truyền khẩu hoặc ghi chép trong *Sách thứ nhì của Moses gọi là Exodus*, Việt văn 1911 dịch là 'Xuất Ê-Díp-Tô Ký', bản dịch mới 2002 là 'Xuất Hành'.

"Xin cho chúng tôi đi ba ngày đường vào sa mạc để dâng tế lễ ... Vua Ai-cập sẽ không cho ...nếu *Ta* chưa dùng quyền năng ...đánh dân Ai-cập với các phép lạ ...bắt buộc Vua để các ngươi ra đi;

"*Ta* sẽ làm Vua cứng lòng không cho Dân sự (Israelites), là trưởng nam của *Ta*, ra đi ...như vậy *Ta* sẽ giết trưởng nam của Vua ...Vua ấy sẽ trục xuất Dân sự ra khỏi xứ;

"*Ta* cũng có nghe lời than thở của Dân sự bị bắt làm tôi mọi ở Ai-cập, bèn nhớ lại Giao ước với Abraham–Isaac–Jacob ...*Ta* sẽ đem các ngươi ra khỏi ách nô lệ của Ai-cập ...nhận các ngươi làm *Dân Của Ta* ...ở Canaan là một 'đất tốt và rộng lớn, tuôn tràn sữa và mật' *của các dân khác* –Canaanites, Hittites, Amorites, Perizzites, Hivites, và Jebusites.

*

YHVH trước kia 'kêu gọi Abram đi trong một đường lối' đến Canaan, làm 'người xa lạ và khách lữ hành' ở giữa mọi dân của các thần khác; hậu duệ Hebrew *sau cùng* của ông lưu lạc xuống Egypt, Joseph phục vụ Pharaoh *như một người*, không phải một thần hay demi-god, và dân Ai-cập *như những con người*, không kỳ thị tín ngưỡng hay là tôn giáo của họ, khiến họ '*thấy được nơi ông có Thần khí của YHVH*: Tuy thuộc dân Israelites Joseph là Hebrew.

Nay Moses được 'sai phái đưa dân Israelites ra khỏi Egypt mà trở về Canaan', dường như bởi nhu cầu của hoàn cảnh ông phải 'làm một demi-god kiểu Ai-cập' – không phải Hebrew chút nào: Moses không được vào Canaan. 'Nhân danh Chúa', Moses và truyền thống Mosaic sau này lập ra các tôn giáo cho hậu duệ của Israel trải các thời, Israelites cổ đại cho tới Jews và nhiều '*Israel Mới*', theo cách làm và trong khuôn mẫu tôn giáo của Akhenaton.

Chỉ có mỗi một Thần / Chúa mà thôi, Đấng này Vô hình / Siêu việt nên không thể làm hình tượng, các thần khác xưa nay cùng với mọi thứ hình tượng đều phải hủy diệt, dân nào không thờ phượng Thần / Chúa Duy Nhất cũng phải hủy diệt luôn (như một loại hình tượng sống): Độc Thần giáo nghiêm chỉnh phải phổ quát, universal, trong cả thể loài người.

Biểu tượng *Aton, the sun rayed disk,* cũng có thể là một hình tượng; nhưng *Danh YHVH* thì không ...cho đến khi người ta 'chỉ được thờ phượng trong lòng, không có phép kêu cầu ra miệng', từ năm 586 TCN khi Đền Thánh Jerusalem Vua Solomon xây dựng '*cho Danh YHVH*' bị triệt hạ.

Nhân danh Chúa, nhưng Moses hoặc ghi chép hoặc truyền khẩu rằng 'Chính Chúa' đánh các dân, dẹp các đất, ... đuổi các thần, chiếm các xứ ... cho 'Dân Israelites của Chúa' – theo Giao ước duy nhất và đời đời '*Nếu ngươi vâng lời YHVH, làm đúng điều thiện trong mắt YHVH, giữ tròn giao ước với YHVH,* thì ngươi là cơ nghiệp quý giá của YHVH trong tất cả các dân các nước của YHVH, và thuộc về *Vương quốc các thầy tế lễ biệt riêng của YHVH*'.

Khi ca ngợi *CHÚA* (Danh) đã đánh và diệt đoàn quân Ai-cập truy kích dân sự Israelites 'trong Biển Đỏ', Moses có lời phạm thánh này '*CHÚA là NGƯỜI của chiến tranh*' –Sách Exodus, chương 15: LORD is a man of war.

YHVH không phải là 'người', và chẳng có một người nào 'tới' đó được. Moses, Joshua, ...David, ...có thể là những 'người của chiến tranh' nhưng '*YHVH là Chúa của hòa bình*'. Đây không phải là một thứ 'apologia', Kinh văn Hebrew có chỉ rõ ra như vậy.

Giao ước và Lời hứa là của YHVH, *không bao giờ thay đổi*. Tôn giáo và Luật pháp là của Moses, *một người*, anh hùng và lãnh tụ, thừa sai và tiên tri – nên *những người* thế hệ sau *đã thay đổi nhiều lắm*. Một thế hệ theo Kinh văn Hebrew, từ năm sinh người cha đến năm sinh đứa con thừa tự, trung bình là 40 năm, đặc biệt thế hệ Abraham là 100 năm. Thế hệ Moses, ngoại trừ Joshua và Caleb, nhưng kể luôn Moses, đã kết liễu 'trong 40 năm ở Sinai'.

Aaron qua đời trên núi Hor trong sa mạc Sinai, sau khi hai con Nadab và Abihu bị diệt vì phạm thánh theo Luật pháp Moses, con thứ ba Eleazar được cử lên chức Thầy Tế lễ thay cha, ngay trước khi Aaron 'bị phế và phải chết, *không được vào Canaan* vì đã làm trái Lời của YHVH'. Cũng bởi lý do này, Moses 'được nhìn thấy mà *không được vào Đất hứa*', phải chết trên núi Nebo sau khi trao quyền lại cho Joshua, 'mắt chưa mờ và sức chưa yếu' theo *Sách thứ năm của Moses, gọi là Phục truyền Luật lệ ký*, chương cuối –34.

Joshua của bộ tộc Ephraim và Caleb của bộ tộc Judah theo truyền thống Mosaic mà đánh chiếm Canaan –trước khi qua đời ở Egypt, tổ phụ trực tiếp của họ là Israel có *nhận thêm* Ephraim và Manasseh (con của Joseph sinh tại Egypt trước khi Israel đến) làm con mình, Joseph qua đời tại Egypt nhưng được hai phần thừa kế cho hai con ở Canaan là Manasseh và Ephraim.

Bộ tộc Levi không được chia phần ở Đất hứa, phải làm Thầy Tế lễ cho cả 12 bộ tộc kia của Dân Israelites, kế tục Aaron là Eleazar người của 'thế hệ sinh ra trong đồng vắng' –sa mạc Sinai. Thế hệ này *sẽ* nhận di chỉ 'Triệt hạ đa thần giáo' của Joshua như sau, "*Đừng cấu kết với các dân còn ở giữa các ngươi; Đừng xưng tên các thần của họ ... không thờ phụng ... mà phải ném bỏ chúng nó; Bây giờ hãy loại bỏ các thần ngoại còn sót lại giữa các ngươi đi ... "Bây giờ ta sắp đi con đường cả thế gian phải đi ...Nếu các ngươi không thích thờ phụng YHVH thì ngày nay hãy chọn thần nào các ngươi muốn thờ phụng, hoặc các thần tổ tiên ta đã thờ phụng ở bên kia sông, và tại Ai-cập, hoặc các thần của dân Amorites nơi các ngươi đang ở; Nhưng ta và cả nhà ta chỉ thờ phụng YHVH.*" – Một nhân nhượng cho 'tự do chọn lựa của cá nhân', đáng kể vì ra ngoài truyền thống Mosaic, trở về gần tới Giao ước Abrahamic / Hebraic.

Từ Abraham, qua Isaac và Jacob, cho tới Joseph, *chưa hề bao giờ có* những vụ mà Anh văn miêu tả như vầy 'hack the *names* of other gods and goddesses out of inscriptions, remove them and the words '*all gods*' from texts, break the whole lot of *images and idols* throughout the country, blot out the remembrance of *peoples of other gods* from under heaven'.

Cách làm đó là chuẩn mực của Pharaoh Akhenaton ở Egypt, cũng là của Tiên tri Moses tại Canaan; Moses ở Egypt *chưa biết làm như vậy* cho Pharaoh kia học theo (Exodus xảy ra *trước đời* Akhenaton), và Pharaoh *không thể đi Canaan* mà học cách làm của Moses (Exodus *sau* Akhenaton).

Common sense kết luận '*Exodus sau Akhenaton – Moses học theo Pharaoh*', hoặc Sixth sense ám thị '*Unrelated Events*' bất chấp mọi liên hệ lịch sử đương thời, thế kỷ 14–13 TCN, giữa hai Độc thần giáo nghiêm chỉnh sớm nhất của loài người vùng Cận Đông cổ đại – *Atonism và Mosaism*.

THAY LỜI KẾT

As the wind blowing again

From sojourn to sojourn, the Ancient Hebrews seemed to be born sojourners, neither invaders because never trying to assimilate people and peoples, nor slaves as being never assimilated however long under foreign bondage, be it some decades or nearly half a millennium.

YHVH God's Covenant to Abraham, with the sign of circumcision in the flesh, is substantially of Grace, as from father to child, and uniquely for the sake of Abraham's children and children's children.

But his heir-son Isaac, born to him at his 100th year of age, caused trouble to the 14-year older heir-presumptive Ishmael. Abraham could not unify his two sons under him then, nor would unite themselves both sides of their next generations millennia later now.

Worse things came by the contention between Isaac's twin-sons over the heir-ship and blessing – of which the usurper and winner was Jacob who would soon be renamed '*Isra-el*' because of his struggle with God (and with men, prevailing both), or '*Is-ra-el*' for his being the man who sees God (and lives). Any ways, the Children of Israel came to cause the two worst disasters upon the outsiders at Shechem and an insider amidst them namely Joseph.

Of the Joseph incident, Israel had no way to find out the truth until their Egyptian sojourn years later, he was then completely deceived by his other sons simply the manner he had deceived his father Isaac, his favorite Joseph being sold a slave down there. Yet, after the Dinah incident, Jacob reproached his sons Simeon and Levi, saying, "You have troubled me by making me obnoxious among the peoples of the land ... they could gather themselves to destroy me and my household".

Actually King Hamor and his son Shechem and all the males of the city Shechem were massacred, all their children and wives took captive, all their wealth in the city and in the field and in the houses plundered. This is the very prototype of invading campaigns conducted by Moses the Levite and his assistant and successor Joshua ages later.

After their Exodus under Moses, the Children of Israel became real invaders, even terminators when needs be, against all peoples of the land, on their way back to their Promised Land. Peoples were now defeated, cities destroyed, both taken as possessions; the 'enemies of God' were utterly massacred, their wealth burned to the ground. Such actions would be called 'crimes against humanity and/or civilization' in postmodern time.

After executing so inhumane such measures to an overall triumph against almost all peoples of the land, the Israelites, from now on *no longer* 'In the name of God', resumed their perennial <u>Struggle with God</u>, 'doing <u>evil in the Sight of YHVH</u>, serving the gods ... of the land ... time and again, everyone <u>doing what *was* right in one's own eyes</u>.

Israel as a whole then prevailed over YHVH the God and Samuel the prophet, 'asking for a king, like all the nations' and being reckoned as follows. "They have rejected not you but me, from ruling over them" – to Samuel (8:7) "My people have committed two evils: They have forsaken me the fountain of living waters; They have hewn themselves cisterns too broken to hold any water" – according to Jeremiah 2:13

Fait accompli, the Israelites themselves confessed, "Another king shall reign over us whereas YHVH God *was* our king. We have added to all our sins the evil of making a king for ourselves."

Traditionally, there used to be boasts on sorts of 'Kingdom of God' to be established on earth, whereas the facts are that the Israelite Monarchy was <u>not God's initiative</u>, even explicitly <u>against God's Will</u>, and that the famous Davidic Kingdom <u>did not last forever</u> as stated and/or expected.

And religiously, it was written (in Scriptures) and has been taught (in Traditions) *as if God were* Director and/or Commander: <u>Guiding</u> the Israelites through their invasion over Canaan, extermination of peoples thereof, and construction of God's Kingdom therein; then a century later, because of their sins, '<u>Tearing</u> them apart' in preparation for further punishments such as dispersion, exile, and so on.

Actually, seeds of the 922-BCE Secession at Shechem had been sown earlier in Hebron by David 'King over Judah <u>only</u>', Benjamin being then with '<u>all Israel</u> under their king'. United they had stood, divided they began to fall, and all along their falling steps they have gradually lost, because and for the sake of their Religions, the primeval pronunciation and, hence, the spiritual significance of the Divine Name YHVH.

Stripped of pronunciation and significance, the Tetragrammaton (four-letter script) has, since the 586-BCE Destruction of the Jerusalem Temple built by Solomon '<u>For The Name</u>', been irrevocably abased to a Sign/Image on the same par as the Aton (sun-rayed disk) worshiped by Akhen-Aton, the Egyptian pharaoh (1353–1336-BCE) *prior to* the Israelites' Exodus under Moses (about 1290-BCE, during the reign of Ramses II, 1304–1237-BCE)

Atonism is likely the prototype of Mosaism – page 125

Cổ lai hi

Sigmund Freud (1856-1939), người Áo gốc Do thái, trong tác phẩm sau cùng *Moses and Monotheism*, xuất bản ngay trước lúc qua đời hồi đầu Thế chiến II, đã dùng khoa Phân tâm học và cả một đời kinh nghiệm để *giả tưởng lịch sử Cổ đại Ai cập* – thời Dân Israelites lưu ngụ tại đó.

Cuộc cách mạng độc thần giáo *Atonism* trong thế kỷ 14-TCN của Vua Akhenaton thất bại nhanh chóng. Smenkhkare kế vị *mấy tháng* ở Amarna rồi chuyển đô trở lại Thebes và qua đời tại đây; Tutankhaton kế vị *mấy năm* phải đổi tên trở lại là Tutankhamon và bỏ phế luôn Amarna. (trang 118–120)

Phó vương Ay và nhất là Thống tướng Horemheb sau đó thay nhau bách hại tàn dư Atonists dữ lắm, dọn dẹp sạch sẽ mọi dấu vết của 'tà giáo độc thần, là lạc đạo ra khỏi truyền thống Ai cập'. Một quý tộc Ai cập tên *Mose*, vì theo Atonism mà phải lẩn tránh vào 'dân lưu ngụ Israelites', tự cắt bỏ 'tên thần *Tuth* hay *Thut* hoặc *Ah*' trong tên mình, cũng thờ phụng *Adonai* của dân đó 'coi như *Aton* của mình' – cùng là '*god unique, universal, invisible, unnamed*'. '*Mose*' người Ai cập, '*con của thần ...*', về sau hoặc trở thành hoặc bị '*Moshe*' người Israelite giết đi mà thay thế.

Trong Kinh văn Hebrew, *Moshe* là hoàng tử Ai cập gốc người Israelite vì được một công chúa Ai cập *cứu vớt* ra khỏi nước và cho nuôi dưỡng làm con mình. Moshe này là Mosis trong bản Septuagint, Moses của King-James'. Chuyện *cổ lai hi* của Sigmund Freud *người Do thái cận đại* là 'phân tâm' *AkhenAton người Ai cập cổ đại* để chủ trương rằng Pharaoh đó đã theo đúng truyền thống 'Hợp Nhất Mọi Thần, *Amon – Re – Horakhte –* ... , vô trong cái 'Biểu tượng Aton' cho một *Thần Duy nhất, Phổ quát, Vô hình, Vô Danh*; chớ chẳng phải du nhập cái Độc Thần giáo của Moses thiết lập cho Dân Israelites Thờ phụng YHVH tại Sinai mãi sau này trong thế kỷ 13-TCN.

Từ Abraham ở Canaan cho đến Joseph ở Ai cập (Cổ dân Hebrews), cũng như trong suốt *400 năm sau Joseph* 'làm thân nô lệ tại đó', *Hậu duệ của Israel* chỉ có Tín ngưỡng và Làm chứng YHVH. Tín ngưỡng này là Độc Thần nhưng *chưa nghiêm chỉnh* như Atonism trong Thời Amarna của Ai cập thế kỷ 14-TCN. Sigmund Freud không chấp nhận Atonism và Mosaism như hai tôn giáo biệt lập, chủ trương rằng *Moses mô phỏng Akhenaton* mà lập ra Hình thức Nghiêm chỉnh cho Mosaism. Lựa chọn đó cũng nghịch thường như phân tâm học ông sáng lập, lại có phần xúc phạm 'tự ái và danh dự chủng tộc': Ông là một trong những người *Do thái Không Do thái giáo* rất nổi tiếng, và còn nổi tiếng cho đến nay 'đúng *70 năm*' sau *Moses and* (his) *Monotheism*.

Cổ lai hi là thuật ngữ mượn từ một câu thơ của thi sĩ Đỗ Phủ người Trung hoa thời cổ đại, tạm diễn ý rằng 'Đời người bảy chục *xưa nay hiếm*', được dùng ở đây chỉ muốn tỏ một điều đáng tiếc: Đã phải mất cả *70 năm cuộc đời* mới khám phá ra một 'đấng nghịch thường' dám chủ trương Moses 'mô phỏng' một Vua Ai cập mà lập ra Độc Thần giáo – chỉ mới có một, mà chưa có hai.

Có hai đấng khác *cũng giả định* Moses là người Ai cập, hoặc Thầy Tế lễ không rõ tên, hoặc Hoàng tử Tuth-Mose 'anh nuôi' của Akhen-Aton; Thầy Tế lễ Ai cập 'nổi loạn' chống đa thần giáo Ai cập, cùng bị trục xuất với Dân Israelites; Vua Akhenaton 'học theo anh nuôi ...Mose' mà chế ra Atonism.

Nhưng truyền thống các Giáo sư / Học giả Kinh Thánh cho Moses làm cuộc Exodus *năm 1440-TCN*, bằng cách tính ngược 480 năm từ khi Solomon khởi công xây Đền Jerusalem (giả định là) năm 960. Như vậy thì Exodus và Mosaism xảy ra *trước*, không chịu ảnh hưởng nào của Atonism thời Amarna.

Truyền thống Kinh Thánh của các tôn giáo không lý tới bất cứ kết quả khảo cổ học nào 'không am hợp' với quan điểm 'fundamentalist'. Cho nên ở đây cũng không lý tới các tôn giáo là chuyện của người ta: Hai mươi bốn năm qua, người viết chuyên tâm 'khảo cổ <u>các</u> kinh văn', *Không phải bởi năng lực* (của con người), *Cũng chẳng phải bởi quyền thế* (của tôn giáo), *Bèn là*

By the Spirit of YHVH God of the ancient Hebrews

"Once, Jesus of Nazareth came to the Hellenized Jews in Judea, then under Roman ruler-ship, preaching them the Sovereign Ruler-ship of their God that was *'at hand ... neither here nor there ... but <u>within you</u>'*. Most of them heard of *'the kingdom in heaven'* and did not see the Heavenly Kingship: They tried to *'take Jesus by force, in order to make him king over them, and to restore them their kingdom lost too long ago'*. Few of them saw the Ruler-ship, not the unseen / unseeable Ruler, and their *'at hand'* Jesus: They have since made him their Lord and their God, the Incarnated and/or Son of the LORD-God. None of them *would* recall the Hebrew Name YHVH of which both pronunciation and significance were also *lost too long ago*, and the Hebrew script MLK that *could also* mean Ruler-ship / Kingship, and even the original Hebrew *YeH(o)Shua(H)* for Jesus – that *did mean* <u>'YHVH saves / will save'</u>. So much so that 'at the name above all names, Jesus, every knee should bow down, of those in heaven, and of those on earth, and of those under earth ... *<u>The Unique Name For Our Salvation</u>*, for there is no other name ... by which we be saved'. For the past two millennia, by that name our world has been *saved into this present-day status of things*." –Memoir 1975-2005, pp 59-60. The third one has begun with wars, invasions, disasters, terrorism, ... –2009.

MỤC LỤC

Cước chú

o Vì lý do kỹ thuật (ấn hành) bản Việt văn này phải mang hình thức 'song ngữ' Việt Anh để tránh số phận của tiền thân nó – là *Hồi ký từ bên kia* © 2005. Đây là một 'tạp văn ... lý sự', không phải hồi ký. Về mặt nội dung hầu hết lý sự đều đã được trình bày rải rác trong bản Anh văn *Beyond The Tombs* © 2005-2007 – mà Phần Một vốn là 'hồi ký', *Memoir 1975-2005* © 2005 (iUniverse, USA).

o Các đoạn Anh văn trích dẫn đều có nguyên ý ở ấn bản gốc ghi trên, một số đoạn nguyên văn sẽ có số trang ghi theo Ấn bản 2007 của Trafford Publishing, Canada (BTT, 3rd Ed.) hoặc Ấn bản 2005 của iUniverse, USA (BTT, 1st Ed.). Tuy mang hình thức 'song ngữ' bản này là 'viết lại bằng chữ Việt', theo kiểu 'Việt văn trước 1975'; không phải 'dịch thuật', càng không theo kiểu 'Việt ngữ ... giải phóng, cách mạng, thống nhất, đổi mới, ...'

o Người viết đã tự nhận biết chính mình ... 'once upon a time ... like a bat that birds would not recognize as of their species – neither could rats as of theirs.' (BTT, 1st Ed., p. 219): Sau ba mươi lăm năm 'vật đổi sao dời', 'tang điền thương hải', bao nhiêu bèo bọt hầu như đã nổi hết lên mặt nước, cả 'chim' lẫn 'chuột', ... còn có ai biết ... 'plunge deep down ... in order to hear of the still and gentle voice ... beneath these days' stormy waters, seas, and oceans.' (BTT, 3rd Ed., p. 37).

o Vì lý do tài chánh, ấn bản này phải ra đời sớm một năm,

- Thiếu phần 'Từ Vựng / Glossary' lẽ ra cũng khá cần thiết trong hiện trạng 'xâm thực' ngày càng trầm trọng của ngôn ngữ và văn tự Việt nam 'đã thành xã hội chủ nghĩa ba mươi lăm năm',

- Chắc chắn còn nhiều nhầm lẫn và thiếu sót cần phải hiệu đính và bổ sung khi tái bản, nhưng phần 'Tham khảo / Reference' nếu thêm vào thì số trang sẽ tăng lên nhiều quá, có thể gấp đôi,

- Dẫu sao, người viết rất vui và sẵn lòng đón nhận mọi thắc mắc, ý kiến, phê bình, đề nghị, ... bạn đọc gửi tới:

  david.kolzion@three.com.au